இலக்கிய மீளாய்வு

ஆய்வுக் கட்டுரைகளின் தொகுப்பு

தேமொழி

⌘

இந்தியா மலேசியா இலங்கை ஜெர்மனி அமெரிக்கா

நூல் : இலக்கிய மீளாய்வு ♦ ஆசிரியர் : முனைவர் தேமொழி ♦ பதிப்பு : (முதலாம்) ஜனவரி 2023 ♦ உரிமை : ஆசிரியருக்கு ♦ வெளியீடு : தமிழ் மரபு அறக்கட்டளை பன்னாட்டு அமைப்பு ♦ விலை : ரூ.150/- ♦ ஐரோப்பாவில் யூரோ 4/- ♦ *Book Title : Ilakkiya Meelayvu ♦ Author : Dr.Themozhi ♦ Publisher : Tamil Heritage Foundation Pathipagam ♦Edition : Jan 2023 (First) ♦ Size : Demy Octovo ♦ Pages : 116 ♦ Copyright : Author ♦ E-mail : mythforg@gmail.com ♦ ISBN : 979-8-88589-246-9 ♦ Price Rs.150/- Euro 4/- ♦ Copyrith Reserved ♦*

விலை : ரூ.150/- ♦ ஐரோப்பாவில் யூரோ 4/-

979-8-88589-246-9

ISBN 979-888589246-9

9 798885 892469

பேராசிரியர் முனைவர்.ப.பாண்டியராஜா

தமிழ் இலக்கிய ஆய்வாளர்களுக்கு உதவும் வகையில் இணையத்தில் தமிழ் இலக்கியத் தொடரடைவுகள் *http://tamilconcordance.in/* (தற்சமயம் *https://sangathamizh.tamilheritage.org/* என்ற வலைப்பக்கத்தில்) தளம் உருவாக்கித் தந்த மதுரை அமெரிக்கன் கல்லூரியின் மேனாள் துணை முதல்வரும், கணிதத்துறை இயக்குநர், தலைவருமான பேராசிரியர் முனைவர்.ப.பாண்டியராஜா அவர்களுக்கு நன்றியுடன்!

உள்ளடக்கம்

பதிப்புரை 6

என்னுரை 8

1. அணங்கு 10
2. ஆசாரக்கோவை காட்டும் தீண்டாமை 19
3. ஆய்வு வழியில் வள்ளுவர் 24
4. புரட்சிப் பதிகம் பாடிய நங்கை 33
5. மறையோன் கூறிய மதுரை வழி -ஒரு மீள்பார்வை 42
6. ஔவை 50
7. திருமந்திரத்தில் இடைச்செருகல் என்ற திருவிளையாடல் 63
8. திருமலைராயனும் காளமேகப்புலவரும் 79
9. இலக்கியத்தில் நகைச்சுவையும் பழிப்புரையும் 92
10. ஆவணியே தமிழ்ப் புத்தாண்டின் தொடக்கம் 97

4

பதிப்புரை

இலக்கியங்கள் நமக்கு வரலாற்றை வெளிப்படுத்துகின்றன; இலக்கியங்கள் நம் முன்னோர்கள் வாழ்க்கை நிலையை நமக்கு படம் பிடித்து காட்டுகின்றன; இலக்கியங்கள் வாழ்க்கையின் பல்வேறு கூறுகளை நமக்கு விளக்கிக் காட்டுகின்றன.

இலக்கியங்கள் அவை பாடப்பட்ட போது அவற்றை எழுதியவர் எதை நினைத்து எழுதியிருப்பார் என்பது விடை தெரியாத ஒரு கேள்விதான். ஆனால் வாசிப்போர் அவரவர் மனதிற்கு ஏற்ற வகையில் கருத்தாக்கங்களை உருவாக்கிக் கொள்வதும், அக்கருத்துக்களை விரிவாக்கி அந்நூல்கள் சொல்லும் கருத்துக்கள் இவைதான் என இலக்கியங்களை வாசிக்க வழித்தடம்/ அமைத்துக் கொடுப்பதும் இயல்பு. தமிழ் இலக்கியங்களுக்கு மட்டுமல்ல, உலக இலக்கியங்கள் அனைத்திற்கும் இதுவே இயல்பான வழிமுறை.

இன்றைய காலகட்டத்தில் பழையன ஏற்றல் என்பதை கேள்விக்குறியாக்க வேண்டிய தேவை இருக்கிறது. எல்லாவற்றையும் மீள் ஆய்வுக்கு உட்படுத்தும் தேவை இன்று எழுந்துள்ளது. இது இலக்கிய வாசிப்பிற்கும் பொருந்தும்.

இந்த நூல் அத்தகைய நோக்கத்துடன்தான் வெளிவருகிறது.

நூலாசிரியர் முனைவர்.தேமொழி அவர்கள் சிறந்த ஆய்வாளர்; நுணுக்கமான முறையில் தனது ஆய்வை முன் வைக்கக் கூடியவர்; சான்றுகள் அவரது ஆய்வுகளுக்கு என்றும் அடிப்படையாக அமைவன. அவரது இந்த நூல் தமிழ் உலகில் நிச்சயம் பேசப்படும்.

இந்த நூல் உருவாக்கத்தில் ஆர்வத்துடன் செயல்பட்டு இந்த நூலை வெளிவர பணிகளை முன்னெடுத்த தமிழ் மரபு அறக்கட்டளை பதிப்பகத்தின் பொறுப்பாளர் டாக்டர். பாமா,

நூலின் எழுத்துப் பிள்ளைகளைச் சரிபார்த்து பக்கங்களை அடுக்கி நூல் உருவாக்கத்தில் என்னோடு உதவிய டாக்டர் பாப்பா மற்றும் அட்டைப் படத்தை மிக அழகாக வடிவமைத்துத் தந்திருக்கும் திரு. எஸ். நாணா ஆகிய அனைவருக்கும் தமிழ் மரபு அறக்கட்டளையின் நன்றி.

இலக்கிய மீளாய்வு என்ற இந்த ஆய்வு நூலை வெளிக் கொணர்வதில் தமிழ் மரபு அறக்கட்டளை மகிழ்கின்றோம்.

முனைவர் க.சுபாஷிணி
தலைவர்,
தமிழ் மரபு அறக்கட்டளை
பன்னாட்டு அமைப்பு
2.1.2023

∽⊙∾

என்னுரை

வனப்பு, சாயல், எழில் என தமிழில் அழகைக் குறிக்க பலசொற்கள் உள்ளன. நற்றமிழ் இலக்கியங்கள் வனப்புமிக்கவை என்பதில் யாதொரு மாற்றுக் கருத்தும் இருக்க வழியில்லை. இலக்கியமும் அதன் வனப்புகளும் இணைபிரியாதவை. வனப்பு என்ற அழகைக் குறிக்கும் சொல் இன்று குறிப்பிடத்தகுந்த அளவில் புழக்கத்தில் இல்லை என்றே கூறலாம்.

வனப்பு இயல்தானே வகுக்கும் காலை என (தொல்காப்பியம் - பொருளதிகாரம் - செய்யுளியல்) வகுக்கும் பொழுது; அம்மை, அழகு, தொன்மை, தோல், விருந்து, இயைபு, புலன், இழைபு என இலக்கிய வனப்புகள் எட்டுவகை என்று தொல்காப்பியம் வகுக்கிறது. வனப்பென்பது, பெரும்பான்மையும் பல உறுப்பும் திரண்டவழிப் பெறுவதோர் அழகு (தொல்.பொருள். நூ. 547 உரை) எனப்படுகிறது. அதாவது, செய்யுட்களில் அவற்றின் அமைப்பு, அவை சொல்லப்படும் முறை, அவற்றுள் சொல்லப்படும் பொருள் அல்லது கருத்து ஆகியவை இலக்கியத்தின் வனப்பிற்குக் காரணமாக அமையும்.

இலக்கிய வனப்பைச் சுவைத்துக் கடக்கும் பொழுது அது தரும் இன்பம் ஒருவகை என்றால், தமிழ் இலக்கியங்களை ஆய்வுக் கண்ணோட்டத்துடன் அணுகுங்கால் அவை மேலும் பல அரிய தகவல்களை சிந்தனைக்கு விருந்தாகவும் தரக்கூடும். ஆய்வு என்பது கேள்விகளின் அடிப்படையில் தொடங்குவது. முடிந்த முடிவாக கோட்பாடு ஒன்றை வகுத்துக் கொண்டு, அதற்குப் பொருத்தமான தேவையான சான்றுகளைத் தொகுக்காமல், நமக்கு எழும் கேள்விகளுக்கு விடை தேட முற்பட்டு, தேடுவதில் கிடைக்கும் சான்றுகளின் அடிப்படையில் முடிவு கொள்வது

என்பது ஆய்வுலகின் அரிச்சுவடிப் பாடம்.

இலக்கியங்களைக், கட்டுரைகளைப் படிக்கும் பொழுது எனக்கு எழுந்த கேள்விகளுக்கு விடைகாணும் ஆர்வத்தில் தேடி அறிந்தவற்றிலிருந்து நான் புரிந்து கொண்டவற்றை அவ்வப்போது கட்டுரைகளாக எழுதியதன் தொகுப்பு இந்த நூலாக வடிவெடுத்துள்ளது. இந்நூலில் மேற்கொள்ளப்பட்ட தமிழ் இலக்கிய ஆய்வுகளுக்கு உதவும் வகையில் இணையத்தில் தமிழ் இலக்கியத் தொடரடைவுகள் உருவாக்கித் தந்த மதுரை அமெரிக்கன் கல்லூரியின் மேனாள் பேராசிரியர் முனைவர்.ப.பாண்டியராஜா அவர்களுக்கும், என் தமிழாய்வின் ஆர்வத்திற்குத் தூண்டுகோலாக அமைந்து ஊக்கமூட்டிய சிறகு இதழுக்கும், இக்கட்டுரைகளை நூல்வடிவில் கொண்டு வர ஆலோசனை வழங்கி இன்று அச்சுப்பாக உங்கள் கைகளில் தவழ வழிவகுத்த தமிழ் மரபு அறக்கட்டளை பன்னாட்டு அமைப்பின் பதிப்பகப் பிரிவுக்கும் அதன் தலைவர் முனைவர்.க.சுபாஷிணிக்கும், ஆக்கப்பூர்வமான கருத்துகளைப் பகிர்ந்து செம்மைப்படுத்திய தோழர்களுக்கும் என்றென்றும் என் நன்றி உரித்தாகிறது.

அன்புடன்

தேமொழி

1.1.2023

1

அணங்கு

முன்னுரை:

அணங்கே விலங்கே கள்வர்தம் மிறையெனப்
பிணங்கல் சாலா அச்சம் நான்கே
-தொல்காப்பியம், பொருளதிகாரம்: மெய்ப்பாட்டியல்-8/1

அணங்கு முதலாய நான்கும் பற்றி அச்சம் பிறக்கும் என்று தொல்காப்பியம் மெய்ப்பாட்டியல் சூத்திரம் (257) வரையறுக்கிறது. அதாவது அணங்கு, விலங்கு, கள்வர், அரசர் ஆகியோர் அச்சமென்னும் மெய்ப்பாட்டிற்குக் காரணமாகியவர் என்கிறார் தொல்காப்பியர்.

அணங்கு என்பதற்குப் பொருள் கூறுமிடத்து, பேராசிரியர் அணங்கென்பன பேயும் பூதமும் பாம்பும் அசுரர் ஈறாகிய பதினென்கணனும் நிரயப்பாலரும், பிறரும் அணங்குதற்றொழிலராகிய சவந்தின் பெண்டிரும் உருமிசைத் தொடக்கத்தனவும் என்பார். அவர் கட்புலனாகாமல் தம் ஆற்றலாற்றீண்டி வருத்தும் சூர் முதலாய தெய்வங்களும் அணங்குதற்றொழிலுடைய பிறவுமாம் என்று இவ்வாறு தரும் இந்த விரிவான விளக்கத்தின் வழியாக அணங்கு எனில் வருத்தும் திறன் கொண்டு, வருத்தும் தொழிலைச் செய்யும் ஆற்றல் கொண்டவை என்று புரிந்து கொள்ளலாம். ஆக அணங்கு வருத்துவது அதனால் அது மக்களுக்கு அச்சம் விளைவிக்கிறது, அது கண்ணுக்குப் புலனாகாத ஒன்றாகவும் இருக்கலாம். இது பொதுமைப்படுத்தும் ஒரு விளக்கமாக, அச்சத்தை விளைவிக்கக் கூடிய அணங்கு வகைகளைக் குறிக்கிறது.

I. இலக்கியங்களில் அணங்கு:

பொதுவாக இலக்கியங்களில் அணங்கு என்ற சொல் வருத்தும்-தெய்வத்தன்மை கொண்ட பெண் என்ற வகையில் பயன்கொள்ளப்படுவதைக் காணமுடிகிறது. இங்கு எடுத்துக்காட்டுகளாகக் குறளில் இருந்தும் சிலப்பதிகாரத்தில் இருந்தும் காணலாம்.

(I) குறள்:

அணங்கு என்ற சொல் குறளில் மூன்று இடங்களில் காட்டப்படுகின்றது.

(1) ஆயும் அறிவினர் அல்லார்க்கு அணங்கென்ப
மாய மகளிர் முயக்கு. (குறள் 918)

பொருள்: வஞ்சம் நிறைந்த பொதுமகளிரின் சேர்க்கை, ஆராய்ந்தறியும் அறிவு இல்லாதவர்க்கு அணங்கு தாக்கு (மோகினி மயக்கு) என்று கூறுவர். (மு. வரதராசனார் உரை)

(2) அணங்குகொல் ஆய்மயில் கொல்லோ கனங்குழை
மாதர்கொல் மாலும்என் நெஞ்சு. (குறள் 1081)

பொருள்: தெய்வப் பெண்ணோ! மயிலோ, கனமான குழை அணிந்த மனிதப் பெண்ணோ, என் நெஞ்சம் மயங்குகின்றதே. (மு. வரதராசனார் உரை)

(3) நோக்கினாள் நோக்கெதிர் நோக்குதல் தாக்கணங்கு
தானைக்கொண் டன்ன துடைத்து. (குறள் 1082)

பொருள்: நோக்கிய அவள் பார்வைக்கு எதிரே நோக்குதல் தானே தாக்கி வருத்தும் அணங்கு ஒரு சேனையையும் கொண்டு வந்து தாக்கினாற் போன்றது. (மு. வரதராசனார் உரை)

மேற்காணும் குறள்களில் அணங்கு என்பது வருத்துந் தெய்வம் என்ற பொருளையே சுட்டி நிற்கிறது.

(II) சிலப்பதிகாரம்:

அணங்கு என்ற சொல் சிலப்பதிகாரத்தில் பதின்மூன்று இடங்களில் காட்டப்படுகின்றது, அவற்றுள் மதுரைக் காண்டம்-வழக்குரை காதைப் பகுதியில் கோவலன் கொலைக்கு நீதி கேட்டு, கண்ணகி பாண்டிய மன்னனை அவன் அவையில் எதிர்கொள்ளும் பகுதியில் காணப்பெறும் இருவிடங்களை மட்டும் இங்கு கீழே காண்போம், அணங்கு குறித்து வரும் மற்றைய

இடங்கள் ஆர்வமுள்ளோருக்காகக் கட்டுரையின் இறுதியில் இணைக்கப்பட்டுள்ளது.

(1) கண்ணகி:

.........வாயிலோயே வாயிலோயே
இணையரிச் சிலம்பொன் றேந்திய கையள்
கணவனையிழந்தாள் கடையகத்தாளென்று
அறிவிப்பாயே அறிவிப்பாயே

(26-29)

(10. வழக்குரை காதை)

பொருள்:

வாயில் காப்போய், இரண்டு சிலம்பினுள் ஒன்றினைக் கையில் ஏந்தியவாறு தன் கணவனை இழந்தவள் ஒருத்தி வாயிலில் நிற்கின்றாள் என்று அறிவிப்பாயே அறிவிப்பாயே.

வாயிற்காப்போன்:

செழிய வாழி தென்னவ வாழி
பழியொடு படராப் பஞ்சவ வாழி
அடர்த்தெழு குருதி யடங்காப் பசுந்துணிப்
பிடர்த்தலைப் பீடம் ஏறிய மடக்கொடி
வெற்றிவேற் றடக்கைக் கொற்றவை யல்லள்
அறுவர்க் கிளைய நங்கை இறைவனை
ஆடல்கண் டருளிய அணங்கு சூருடைக்
கானகம் உகந்த காளி தாருகன்
பேருரங் கிழித்த பெண்ணு மல்லள்
செற்றனள் போலும் செயிர்த்தனள் போலும்
பொற்றொழிற் சிலம்பொன் றேந்திய கையள்
கணவனை இழந்தாள் கடையகத் தாளே
கணவனை இழந்தாள் கடையகத் தாளே. (33-44)

(10. வழக்குரை காதை)

பொருள்:

செழியனே வாழி, தென்னவன் பாண்டியனே வாழி, மறநெறிவழி சென்றிராது அறவழியில் ஒழுகும் பஞ்சவனே நீ வாழ்வாயாக. வாயிலில் நிற்பவள், வெட்டுப்பட்ட மகிடாசுரனின் எருமைக்கடாத் தலையின் வாயில் குருதி கொப்பளித்துக் கொண்டிருக்க, அந்தத் தலையினை பீடமாக்கி ஏறிநின்று வெற்றிதரும் வேலினைக் கையேந்தியவாறு பாலை நிலம் காக்கும் கொற்றவை அல்லள்,

ஏழுகன்னியருள் இளையவளான அசுரர் தலைகளை மாலையாக அணிந்து கண்டோர் நடுக்கும் தோற்றம் கொண்ட பிடாரியும் அல்லள், சுடுகாட்டில் இறைவனோடு தாண்டவமாடிய பத்ரகாளியும் / அணங்கும் அல்லள், அச்சம் தரும் விலங்குகள் வாழும் காட்டைத் தன் இருப்பிடமாகக் கொண்ட தெய்வமாகிய காளியும் அல்லள், தாருகன் என்னும் அரக்கனின் மார்பினைப் பிளந்து உதிரம் குடித்து வஞ்சம் தீர்த்த துர்க்கையும் அல்லள், தனது உள்ளத்துக் கறுவுகொண்டவளாகவும், மிகுந்த சினமுற்றவளாகவும் தோன்றி, பொன்னால் ஆன சிலம்பு ஒன்றைக் கையில் ஏந்தி, தன் கணவனையிழந்த பெண்ணொருத்தி தலைவாயிலில் நிற்கின்றாள், தன் கணவனையிழந்த பெண்ணொருத்தி தலைவாயிலில் நிற்கின்றாள் அரசே.

(2) கண்ணகி யென்பதென் பெயரேயெனப், பெண்ணணங்கே
கள்வனைக் கோறல் கடுங்கோ லன்று
வெள்வேற் கொற்றங் காண்என ஒள்ளிழை (63-65)
(10. வழக்குரை காதை)

பொருள்:

அணங்கு போலும் பெண்ணே, கள்வனைக் கொலை செய்தல் கொடுங்கோன்மை அல்ல, அதுவே அரச நீதி என்று அரசன் கண்ணகியிடம் கூற, மேற்காணும் எடுத்துக்காட்டுகளிலும் அணங்கு என்பது வருத்துந் தெய்வம் என்ற பொருளையே காட்டி நிற்கிறது.

அணங்கும் அறிவியல் கோணமும்:

இலக்கியப் பயன்பாட்டில் அணங்கு என்பது தெய்வத்தன்மையும் சினமும் கொண்ட பெண் என்றே பெரும்பாலும் கையாளப்படுகிறது. இலக்கியத்தில் பெண்களுடன் மட்டுமே தொடர்புப்படுத்தும் நிலையாகவும் இது வழக்கத்தில் இருந்துள்ளது. சாது மிரண்டால் காடு கொள்ளாது என்பது போல, மிக அமைதியாக வாழும் பண்பு கொண்ட பெண்கள் பாதிக்கப்படும் பொழுது, அவர்களின் வழமையான இயல்புக்கு மிக முற்றிலும் மாறுபட்ட விதத்தில், வெகுண்டெழுந்து வெறிபிடித்தவர் போல நடந்து கொள்ளும் விதம் பிறருக்கு அச்சமூட்டும் வகையில் அமைந்துவிடும். கண்ணகியும் கட்டுக்கடங்கா சினத்தின் வெளிப்பாடாக மதுரை நகரைத் தீயிட்டு அழித்தாள் என்பது சிலம்பு கூறும் கதை நிகழ்வு. இத்தகைய பண்பை இலக்கியம் அணங்கு

என்றோ வெறியாடும் தெய்வத்தன்மை என்றோ கூறுவதாகக் கருதலாம். சிலப்பதிகாரத்தில் கோவலனின் இறப்பிற்கு நீதி கேட்டு அவையில் நுழைந்த கண்ணகியின் தோற்றமும் நடத்தையும் இருந்த நிலையை, பாண்டிய மன்னன் அவளைப் பெண்ணணங்கே என்றும் அழைக்கும் விதத்தில் இருந்து அறியலாம்.

ஒரு காலத்தில், உளவியலிலும் வெறிபிடித்தவர் போல செயல்படுபவரை ஹிஸ்டீரியா (*hysteria*) என்ற, கட்டுப்பாடு மீறிய உணர்வுகளின் வெளிப்பாடு கொண்ட ஓர் உளவியல் கோளாறாகக் குறிப்பிடும் வழக்கம் இருந்தது. ஆனால் மருத்துவம் முன்னேறிவிட்ட இக்காலத்தில் அவ்வாறு அடையாளப்படுத்தும் நிலையை உளவியல் மருத்துவர்களே இன்று கைவிட்டுவிட்டனர்.

ஆனால் ஹிஸ்டீரியா என்னும் நிலை பெண்களுடன் மட்டுமே தொடர்புப்படுத்தும் நிலையாக வரலாற்றில் இருந்துள்ளது. ஃபீமேல் ஹிஸ்டீரியா (*Female hysteria*) என்றும் பரவலாகப் பேசப்பட்டது. பெண்கள் குறித்த உளவியல் கோளாறாக முதன் முதலில் வரலாற்றில் குறிப்பிடப்படுவதே ஹிஸ்டீரியாதான் எனவும் கூறலாம். ஹிஸ்டீரியா என்ற சொல்லின் தோற்றமே பெண்களின் கர்ப்பப்பைக்கான கிரேக்க சொல்லில் இருந்து தோன்றியதுதான் (*the word hysteria originates from the Greek word for uterus, hystera*). பெண்களின் கர்ப்பப்பையில் நிகழும் மாறுதலுக்கும் கட்டுப்படுத்த முடியாத உணர்வின் வெளிப்பாடுகளுக்கும் தொடர்புள்ள நிலை எனக் கருதி துர்தேவதையின் (*demon*) தாக்கம் போன்ற வகையில் நடத்தை அமைந்துவிடும் பெண்களின் உளவியல் கோளாறு என்று மட்டுமே அன்றைய உலகம் கருதியது. பரிமேலழகர், அணங்கு - காமநெறியான் உயிர்கொள்ளும் தெய்வமகள் (குறள் 918 விளக்கம்) என்ற விளக்கமளிப்பதையும் இங்கே கவனத்தில் கொள்ளலாம். அணங்கு தமிழிலக்கியங்களிலும் பெரும்பாலும் வருத்தும் செய்கையைச் செய்யும் பெண்களுடன் தொடர்புப்படுத்தியே குறிப்பிடப்படுகிறது.

நான்காயிரம் ஆண்டுகளுக்கு முன்னர், கிமு 2,000 இல் இருந்தே ஹிஸ்டீரியா எனக் குறிப்பிடப்படும் உளவியல் மாற்றம் கொண்ட தன்மை பெண்களிடம் காணப்படுவதை பண்டைய கிரேக்க, ரோம், எகிப்து நாடுகளின் இலக்கியங்களில் ஆவணப்படுத்தப்பட்டிருப்பதை அறிவியல் ஆய்வுக் கட்டுரைகள் குறிப்பிடுகின்றன. அதே வகையில், இத்தகைய போக்கையே

அணங்கு என்ற தமிழிலக்கிய சொல்லின் பயன்பாடும் காட்டி நிற்கிறது என்பது வெளிப்படை.

இக்கால அறிவியல், வெறிபிடித்தது போல நடந்துகொள்ளும் மனநிலை பெண்களுக்கு மட்டும் ஏற்படுவது அல்ல, இத்தகைய மனநிலை பாதிப்பு ஆண்களிடமும் உள்ளது என்பதை அறிந்து கொண்டதால் ஹிஸ்டீரியா எனக் குறிப்பிடும் வழக்கத்தை மருத்துவத்துறையினர் கைவிடும் நிலையை எடுத்துள்ளனர்.

சான்றாதாரங்கள்:

1. தொல்காப்பியம் மெய்ப்பாட்டியல் உரைவளம், பேராசிரியர் க. வெள்ளைவாரணனார், மதுரை காமராசர் பல்கலைக்கழகம்.

https://ta.wikisource.org/s/69rb

2. திருக்குறள்

3. சிலப்பதிகாரம் மூலமும் உரையும், நாவலர் பண்டித ந.மு. வேங்கடசாமி நாட்டார், சைவசித்தாந்த நூற்பதிப்புக் கழகம்.

http://www.tamilvu.org/ta/library-l3100-html-l3100uv1-132375

4. திருக்குறள், சிலப்பதிகாரம்- தொடரடைவு, முனைவர்.ப.பாண்டியராஜா

http://tamilconcordance.in/concordance_list-B.html

5. *Women And Hysteria In The History Of Mental Health*

https://www.ncbi.nlm.nih.gov/pmc/articles/PMC3480686/

❖❖*

பின்னிணைப்பு:

(1) புழுக்கலும் நோலையும் விழுக்குடை மடையும்
பூவும் புகையும் பொங்கலுஞ் சொரிந்து
துணங்கையர் குரவைய ரணங்கெழுந் தா (68-70)

(5. இந்திரவிழவூரெடுத்த காதை)

பொருள்: வேகவைத்த புழுக்கலையும் எள்ளுருண்டை யினையும்

ஊன் சோற்றையும் பூவினையும் புகையினையும் பொங்கலையும் அளித்துத் துணங்கைக் கூத்தாடுபவரும் குரவைக் கூத்தாடுபவரும் தெய்வமேறி ஆடினர்.

அணங்கெழுந்தாடி = வருத்தும் பெண் தெய்வம் எழுந்தாடிய நிலை

(2) நறுஞாழல் கையி லேந்தி
மணங்கமழ் பூங்கானல் மன்னிமற் றாண்டோர்
அணங்குறையும் என்ப தறியேன் (75-77)
(7. கானல்வரி)

பொருள்: நறிய புலிநகக்கொன்றை பூங்கொத்தைக் கையில் ஏந்தி மணம் நாறுகின்ற பூக்களையுடைய கானலிடத்தில் ஓர் தெய்வம் உறையுமென்பதை அறியேன்

அணங்கு = வருத்தும் பெண் தெய்வம்

(3 & 4)

அலவநோய் செய்யும் அணங்கிதுவோ காணீர்
அணங்கிதுவோ காணீர் அடும்பமர்தண் கானற்
பிணங்குநேர் ஐம்பாலோர் பெண்கொண்டதுவே.
(95-97) (7. கானல்வரி)

பொருள்: நோக்கியவருக்கு வருத்தத்தைக் கொடுக்கும் அணங்கோ இது காணீர், அடும்பின் மலர்கள் பொருந்திய குளிர்ந்த கானலிலே செறிந்த மெல்லிய கூந்தலையுடைய ஓர் பெண் வடிவு கொண்டதாகிய அணங்கோ இது காணீர்.

அணங்கு = வருத்தும் பெண் தெய்வம்

(5) மின்னுக்கோடி யுடுத்து விளங்குவிற் பூண்டு
நன்னிற மேகம் நின்றது போலப்
பகையணங் காழியும் பால்வெண் சங்கமும்
தகைபெறு தாமரைக் கையி னேந்தி (45-48)
(1. காடுகாண் காதை)

பொருள்: நல்ல நிறத்தினையுடைய மேகம் மின்னும் புது ஆடையை உடுத்தி விளங்குகின்ற வில்லேந்தி நின்றாற்போல பகைவரை வருத்தும் சக்கரத்தினையும் பால்போலும் வெளிய சங்கத்தினையும் அழகிய தாமரை போன்ற கையிலே ஏந்தியவாறு.

பகையணங் காழி = பகைவரை வருத்தும் சக்கரம்

(6) ஆறெறி பறையுஞ் சூறைச் சின்னமும்
கோடும் குழலும் பீடுகெழு மணியும்
கணங்கொண்டு துவைப்ப அணங்குமுன் னிறீஇ *(40-42)*

(2. வேட்டுவ வரி)

பொருள்: வழிப்பறி செய்யும்பொழுது கொட்டும் பறையும் சூறை கொள்ளும்பொழுது ஊதும் சின்னமும் கொம்பும் புல்லாங்குழலும் பெருமை பொருந்திய மணி ஆகியவற்றை குழுவினராக இசைக்க, பெண்ணின் மீது வருத்தும் தெய்வத்தை ஏற்றி முன் நிறுத்த

அணங்கு = வருத்தும் பெண் தெய்வம்

(7) கரியின் உரிவை போர்த்தணங் காகிய
அரியின் உரிவை மேகலை யாட்டி *(61-62)*

(2. வேட்டுவ வரி)

பொருள்: யானையின் தோலைப் போர்த்து வருத்துந் தன்மையுடைய சிங்கத்தின் தோலை மேகலையாக உடுத்தியவள் (கொற்றவை)

அணங்காகியஅரி = வருத்தும் சிங்கம்

(8) எட்டுக் கடைநிறுத்த ஆயிரத் தெண்கழஞ்சு
முட்டா வைகல் முறைமையின் வழாஅத்
தாக்கணங் கனையார் நோக்குவலைப் பட்டாங்கு *(158-160)*

(4. ஊர்காண் காதை)

பொருள்: ஆயிரத்தெட்டு என்னும் எண்ணினையுடைய கழஞ்சினை, நாள்தோறும் தவறாது பெறும் முறைமையிலிருந்து வழுவாமல் தாக்கி வருத்தும் தெய்வம் போன்றவரின் கண்ணாகிய வலையில் சிக்கி

அணங்கு = வருத்தும் பெண் தெய்வம்

(9) சாரணர் கூறிய தகைசால் நன்மொழி
ஆரணங் காக அறந்தலைப் பட்டோர்
அன்றப் பதியுள் அருந்தவ மாக்களும் *(192-194)*

(5. அடைக்கலக் காதை)

பொருள்: அந் நாளில், சாரணர் உரைத்த தகுதி யமைந்த நல்ல அறவுரையை, தெய்வ வாக்காகக் கொண்டு அறத்துவழி நின்றோராகிய அந் நகரத்தில் வாழ்ந்த அரிய தவம் செய்யும் மக்களும்.

ஆரணங்கு = தெய்வவாக்கு

(10) பெருங்குலை வாழையின் இருங்கனித் தாறும்
ஆளியி னணங்கும் அரியின் குருளையும் (47-48)
(2. காட்சிக் காதை)

பொருள்: பெரிய தாற்றினையுடைய வாழையின் பெரிய பழம் நிறைந்த குலையினையும், ஆளி மற்றும் சிங்கம் என்பவற்றின் குட்டிகளையும்.

ஆளியின்அணங்கு = வருத்தும் தெய்வம்

(11) அவர் முடித்தலை அணங்காகிய பேரிமயக் கல்சுமத்திப் பெயர்ந்து
(29. வாழ்த்துக் காதை)

பொருள்: ஆரிய நாட்டு அரசு ஓட்டி அவர் முடித்தலை அணங்காகிய பேர் இமயக் கல் சுமத்திப் பெயர்ந்து போந்து

அணங்கு = வருத்தும் பெண் தெய்வம்

பொருள் விளக்க உதவி: http://www.tamilvu.org/ta/library-l3100-html-l3100pl1-132372

❦ ▽ ❧

- "சிறகு" - மே 2018

2

ஆசாரக் கோவை காட்டும் தீண்டாமை

பதினெண்கீழ்க்கணக்கு நூல்களுள் ஒன்றான ஆசாரக்கோவை (இதற்கு ஒழுக்கங்களின் தொகுதி என்பது பொருள்) என்னும் நூல் பெருவாயின் முள்ளியார் என்ற புலவரால் பாடப்பட்டது. கடைச்சங்க மருவிய காலத்து நூல்களுள் ஒன்று ஆசாரக்கோவை. நூலின் தற்சிறப்புப் பாயிரத்தால் அப்பாடலின் கருத்தினைக் கொண்டு இவர் சைவசமயத்தைச் சார்ந்தவர் என்பது பெறப்படுகிறது. மேலும், பாயிரம் மூலம் இந்நூலுக்கு மூலநூல் ஆரிடம் என்னும் வடநூலெனவும் தெரிகிறது. இந்நூல் தொகுக்கும் ஆசாரங்கள் யாவும் சுக்ர ஸ்மிருதி நூலின் பாடல்கள் என்று வடமொழிப் புலவர் கூறுகின்றனர் என்பதாக தி. செல்வக்கேசவராய முதலியார் கூறுகிறார். ஆனால் பேராசிரியர் எஸ். வையாபுரிப் பிள்ளை அவரது தமிழ் இலக்கிய வரலாறு நூலில் ஆபஸ்தம்ப கிருஹ்யசூத்திரம், ஆபஸ்தம்ப தர்ம சூத்திரம், போதாயனதர்ம சூத்திரம், கௌதம சூத்திரம், விஷ்ணு தர்ம சூத்திரம், வசிஷ்ட தர்ம சூத்திரம், மனு ஸ்மிருதி, உசனஸ ஸம்ஹிதா, ஸங்க ஸ்மிருதி, லகு ஹாரித ஸ்மிருதி ஆகிய பல நூல்கள் இந்நூலுக்கு அடிப்படையாய் அமைந்துள்ளன எனக்குறிப்பிடுவார்.

சிறப்புப் பாயிரம்:

ஆர் எயில் மூன்றும் அழித்தான் அடி ஏத்தி,
ஆரிடத்துத் தான் அறிந்த மாத்திரையான், ஆசாரம்
யாரும் அறிய, அறன் ஆய மற்றவற்றை
ஆசாரக்கோவை எனத் தொகுத்தான்-தீராத்
திரு வாயில் ஆய, திறல் வண், கயத்தூர்ப்
பெருவாயின் முள்ளி என்பான்.

வெண்பா பாடல்களாக அமைந்த ஆசாரக்கோவை நூலின் 100 பாடல்களில் மக்கள் வாழ்க்கையில் பின்பற்றப்படவேண்டிய ஒழுக்க நெறிகள் (ஆசாரங்கள்) எவையெவை எனக் கூறப்படுகின்றன. உண்ணல், உடுத்தல், உறங்கல், நீராடல் போன்ற நடைமுறை வாழ்க்கைக் கூறுகள் முதற்கொண்டு, யாரிடம் எவ்வாறு நடந்து கொள்ள வேண்டும் என்ன செய்யவேண்டும் போன்ற வழிமுறைகளும் சொல்லப்பட்டுள்ளன. சுருக்கமாக அகத்தூய்மை புறத்தூய்மை என இரண்டுக்கும் வழிகாட்டும் முயற்சி எனக் கொள்ளலாம். எவை செய்தல் நன்மையுண்டாக்கும், எவற்றைச் செய்தால் தீமைகள் நேரும் என்பதை விளக்குவது நூலின் நோக்கம். இவை எல்லாம் முன்னோர் கண்ட ஒழுக்க நெறிகளே என்பதை இந்நூலாசிரியரின் கீழ்க்காணும் யாவரும் கண்ட நெறி *(16)*, மிக்கவர்கண்ட நெறி *(27)*, நல் அறிவாளர் துணிவு *(17)*, பேர் அறிவாளர் துணிவு *(19)*, நூல் முறையாளர் துணிவு *(61)* என்ற வரிகளின் மூலம் கூறுகிறார்.

தமிழகத்தில் கிறித்துவம் பரப்ப வந்த ஐரோப்பிய மறைபரப்பாளர் சீகன்பால்க் அவர்கள், 1700-களின் காலத்திய தமிழகத்தில் ஆசாரக்கோவை நூல் மக்களின் வாழ்வில் முக்கிய இடம்பெற்றிருந்ததைத் தமது நாட்குறிப்பில் ஆவணப்படுத்தியுள்ளார்.

(1) இன்றியமையாது நீராடுதல் என்ற ஆசாரக்கோவை பாடல் எப்பொழுது நீராடவேண்டும் என்று அறிவுறுத்துகிறது.

தேவர் வழிபாடு தீக்கனா வாலாமை
உண்டது கான்றல் மயிர்களைதல் ஊண்பொழுது
வைகு துயிலோ டிணைவிழைச்சுக் கீழ்மக்கள்
மெய்யுறல் ஏனை மயலுறல் ஈரைந்தும்
ஐயுறா தாடுக நீர். *(10)*

பாடலின் பொருள்: *1.* கடவுளை வணங்கும் முன், *2.* தீய கனவைக் கண்ட பின்னர், *3.* உடல் தூய்மையற்ற நிலையில், *4.* உண்ட உணவை வாந்தி எடுத்துவிடும் பொழுது, *5.* முடி வெட்டிய அல்லது மழித்த பிறகு, *6.* உணவு உண்ணும் முன்னர், *7.* தூங்கி எழுந்த பின்னர், *8.* உடலுறவு கொள்ள நேரும்பொழுது, *9.* கீழ் மக்கள் எனக் கருதப்படுவோர் உடலைத் தீண்டிவிட்டால், *10.* சிறுநீர் மலம் கழித்த பிறகு ஆகிய இந்த (ஈரைந்தும்) பத்து செயல்களைச் செய்ய நேருமாயின் குளிக்க வேண்டுமா? என்ற

ஐயம் சிறிதும் கொள்ளாமல் இன்றியமையாது நீராடல் வேண்டும் (கீழ் மக்கள் எனக் கருதப்படுவோர் உடலைத் தீண்டிவிட்டால் குளிக்க வேண்டும், அதாவது தொட்டு முட்டு, முட்டு என்றால் தீட்டு, கீழோரைத் தொட்டால் தீட்டு என்ற ஒரு மூட நம்பிக்கை).

(2) செய்யத்தகாதன என்ற ஆசாரக்கோவை பாடல் எவற்றைச் செய்யக்கூடாது என்று அறிவுறுத்துகிறது.

நீருள் நிழற்புரிந்து நோக்கார் நிலமிராக்
கீறார் இராமரமுஞ் சேரார் இடரெனினும்
நீர்தொடா தெண்ணெ யுரையார் உரைத்தபின்
நீர்தொடார் நோக்கார் புலை. (13)

பாடலின் பொருள்: செய்யக் கூடாதவை என்பனவற்றைச் செய்ய விரும்பாத ஒருவர், நீருக்குள் தனது நிழலை விரும்பி நோக்க மாட்டார், தரையைக் கீற மாட்டார், இரவில் மரத்தின் பக்கம் இருப்பதைத் தவிர்ப்பார், நோய் கொண்ட நேரத்தில் எத்தனை இடையூறு என்றாலும் நீரைத் தொடாமல் எண்ணெய்யை உடலில் தேய்க்க மாட்டார், எண்ணெய் தேய்த்த பின்னர் நீராடாமல் புலையரை (கீழ்மக்கள் எனக் கூறப்படுவோர்) தனது கண்ணால் நோக்க மாட்டார் (அதாவது கண்டு முட்டு , புலையரைப் பார்த்தாலே தீட்டு வரும் என்ற மூட நம்பிக்கை). நீரில் நிழல் பார்த்தால் செல்வம் குறைந்துவிடும், தோற்றவரே நிலத்தைக் கீறிக் கொண்டிருப்பார் என்பன போன்றவை அக்கால வழக்காறுகள்.

(3) நன்னெறி என்ற ஆசாரக்கோவை பாடலும் எவற்றைச் செய்யக்கூடாது என்று அறிவுறுத்துகிறது.

பெரியார் உவப்பன தாமுவவார் இல்லஞ்
சிறியாரைக் கொண்டு புகாஅர் அறிவறியாப்
பிள்ளையே யாயினு மிழித்துரையார் தம்மோ
டளவளா வில்லா விடத்து. (68)

பாடலின் பொருள்: பெரியோர்கள் விரும்புகின்றவற்றைத் தானும் அடைய விரும்பாமையும் தங்கள் வீட்டுக்குள் கீழ்மக்கள் என்போரை உள்ளே அழைத்து வராமலிருப்பதும் தனக்கு அறிமுகமில்லாதவர் ஒருவரை அவர் அறியா வயதுச் சிறு பிள்ளையாக இருப்பினும் இழிவாகப் பேசாமல் இருப்பதும்

கடைப்பிடிக்க வேண்டிய நன்னெறிகளாகும்.

(4) குரவர் பெயர் முதலியன கூறாமை என்ற ஆசாரக்கோவை பாடலும் எவற்றைச் செய்யக்கூடாது என்று அறிவுறுத்துகிறது.

> தெறுவந்துந் தங்குரவர் பேருரையா ரில்லத்து
> உறுமி நெடிதும் இராஅர் - பெரியாரை
> என்று முறைகொண்டு கூறார் புலையரையும்
> நன்கறிவார் கூறார் முறை. (80)

பாடலின் பொருள்: எவை நன்மை தருபவை என நன்கு அறிந்த ஒருவர் சினம் கொண்டு வெகுண்ட நிலையிலும் மூத்தோரைப் பெயர் சொல்லிக் குறிப்பிடமாட்டார், வீட்டில் உள்ளோரிடம் சினம் கொண்டாலும் அதை நீட்டிக்க மாட்டார், தம்மிற் பெரியாரை முறைப் பெயர் கொண்டு இழிவுபட அழைக்க மாட்டார், கீழ்மக்களாகக் கருதப்படுவோரிடம் முறைமை பாராட்டி உறவு கொண்டாட மாட்டார்.

(5) அந்தணர் வாய்ச்சொல் கேட்டல் என்ற ஆசாரக்கோவை பாடலும் எவற்றைச் செய்யக்கூடாது என்றும், செய்ய வேண்டும் என்றும் அறிவுறுத்துகிறது.

> தலைஇய நற்கருமஞ் செய்யுங்கா லென்றும்
> புலையர்வாய் நாள்கேட்டுச் செய்யார் - தொலைவில்லா
> அந்தணர்வாய்ச் சொற்கேட்டுச் செய்க அவர்வாய்ச்சொல்
> என்றும் பிழைப்ப திலை. (92)

பாடலின் பொருள்: அறிவுள்ளவர் முக்கியத்துவம் வாய்ந்த நற்செயல்களைச் செய்யும்பொழுது என்றும் புலையரிடத்து நாள் கேட்டுச் செய்யார், ஒழுக்கம் குறையாத ஐயர் ஒருவர் குறித்துத் தரும் நாளில் நற்செயல்களைச் செய்வார். ஏனெனில் அவர் சொல்வது என்றும் பிழையாத் தன்மை கொண்டது. அதுவே நன்மையும் தரும். இங்கு அந்தணர் ஒழுக்கம் குன்றாதவர் என்று காட்டும் பொழுது புலையர் ஒழுக்கமற்றவர் என்பது சொல்லாமல் புரிந்து கொள்ள வேண்டிய கருத்து. மேலும் புலையர் என்று இப்பாடலில் குறிப்பிடப்படுபவர் வள்ளுவர் என்ற சோதிடங்கூறும் கீழ்வகுப்பார் என்று உரை நூல் விளக்கம் தருகிறது.

தமிழகத்தில் இனபேத உயர்வு-தாழ்வு, தீண்டாமை என்ற

கருத்தாக்கங்கள் எக்காலத்தில் தோன்றின என்பதும் கீழ்மக்கள் என்று ஒரு சிலர் எப்பொழுது விலக்கப்பட்டனர் என்பதும் தொடர்ந்து நடக்கும் ஆய்வு. ஆசாரக் கோவையின் இப்பாடல் மூலம் கீழ்மக்கள்-தீண்டாமை என்ற கருத்தாக்கத்தைச் சங்கம் மருவிய காலத்துத் தமிழகம் அறிந்து இருந்தது என்பது உறுதியாகத் தெரிகிறது.

மேலும் இந்நூலில் கொடுக்கப்படும் ஆசாரங்கள் யாவும் வடமொழி ஸ்மிருதிகளின் மொழியாக்கம் எனக் கூறப்படுவதால், தீண்டாமை என்ற கருத்தாக்கம் தமிழருக்கும் முன்னரே சமஸ்கிருதம் பேசுவோர் இடையில் புழக்கத்திலிருந்ததையும் நாம் கணிக்கலாம்.

இத்தகைய இனபேத, உயர்வு தாழ்வு சிந்தனைகள், மூடநம்பிக்கைகள் ஒழுக்க நெறிகள் என்ற பெயரில் மக்களிடம் திணிக்கப்பட்ட முயற்சி எத்தகைய மனிதநேயமற்ற செயல் என்பதைச் சொல்லத் தேவையில்லை.

உதவிய நூல்கள்:

1 ஆசாரக் கோவை, பெருவாயின் முள்ளியார், உரையாசிரியர் வித்துவான் திரு. பு. சி. புன்னைவனநாத முதலியார், சைவசித்தாந்த நூற்பதிப்புக் கழகம்.

http://www.tamilvu.org/node/74817

2 ஜெர்மன் தமிழியல் — நெடுந்தமிழ் வரலாற்றின் திருப்புமுனை, முனைவர் க. சுபாஷிணி, காலச்சுவடு பதிப்பகம், நவம்பர் 2018

ஒ ▽ ஒ

- "சிறகு" - ஜூன் 2019

3
ஆய்வு வழியில் வள்ளுவர்
ல ▽ க

ஆராய்ந்து அறியும் மனப்பான்மையைக் கொண்டோர் பண்புகள் எத்தகையவனாக இருக்கும்?

> அரும்பயன் ஆயும் அறிவினார் சொல்லார்
> பெரும்பயன் இல்லாத சொல். (பயனில சொல்லாமை: குறள் - 198)

அருமையான பயனளிக்கக் கூடியவை எவை என ஆராய்ந்து அதனை அடைய முயலுவோர் பெரும் பயன் தராத சொற்களைப் பேசமாட்டார்கள். அதாவது அவர்கள் வெற்றுப் பேச்சைத் தவிர்ப்பவர்கள்.

வள்ளுவரும் அத்தகையவர் என்பதை அவர் தமது அறநூல் கருத்துக்களைக் குறட்பாக்களாக ஈரடியில் எழுதியது உறுதிப்படுத்துகிறது. இத்தகைய பண்பு கொண்ட வள்ளுவர் எப்பொழுதெல்லாம் ஆய்வு செய்யவேண்டும் என்கிறார்? மெய்ப்பொருள் காண்பதறிவு (அறிவுடைமை: குறள் - 423) என்று கூறுமிடத்து உண்மை எதுவென்று ஆராய்ந்து அறிவதுதான் அறிவுடைமை என்கிறார் வள்ளுவர். அவர் எந்தெந்த சூழ்நிலையில் ஆராய்வதைக் குறித்துத் தமது திருக்குறளில் கூறியுள்ளார் என்ற ஒரு மீள்பார்வை வள்ளுவர் எவற்றுக்கு முக்கியத்துவம் கொடுத்தார் என்பதையும் நமக்கு அறியத் தரும். அதைக் கடைப்பிடிப்பது வாழ்வியல் வழிகாட்டியாகவும் உதவும் என்பதும் திண்ணம்.

நாம் ஆய்வைப் பயன்படுத்த வேண்டிய சூழல் எது? என்ற கோணத்துடன் குறட்பாக்களை ஆய்வு செய்யும்பொழுது,

(1) உறவுமுறை கொள்ளுதல்,

(2) செயலாக்கத் திட்டங்கள்,

(3) வாழ்வியல் அறிதல்,

(4) ஆட்சிமுறை அறங்கள்

ஆகியவற்றில் ஆய்வுக் கொள்கையைக் கடைப்பிடிக்க வேண்டும் என்பது வள்ளுவரின் கூற்றின் மூலம் தெளிவாகிறது.

(1) உறவின் விதிகள் - உறவுமுறை கொள்ளுதல்:

வள்ளுவர் ஆய்வு செய்து நடக்க வேண்டிய சூழ்நிலைகளாகக் கருதுவது ஒருவருடன் நாம் மேற்கொள்ளும் தொடர்பு குறித்து என்பதைத் தெளிவாகத் தெரிந்து கொள்ள முடிகிறது. நம் பிறப்பின் காரணமாக நம் உறவாக அமைபவர் குறித்து நமக்கு ஆராய்ந்து தெரிந்தெடுக்கவோ, மறுபரிசீலனை செய்யவோ, அவர்களை மாற்றவோ வாய்ப்பில்லை. ஆனால் நாம் நட்பாகத் தேர்வு செய்பவர்களை, துணையாக இணைத்துக் கொள்ள விரும்புபவர்கள் குறித்து ஆராய்ந்த பின்னரே அவர்களுடன் உறவாட வேண்டும் என்பது வள்ளுவரின் கருத்து.

> ஆய்ந்தாய்ந்து கொள்ளாதான் கேண்மை கடைமுறை
> தான்சாம் துயரம் தரும். (நட்பு ஆராய்தல்: குறள் 792)

ஆய்ந்தாய்ந்து, ஆய்ந்து-ஆராய்ச்சி செய்து, ஆய்ந்து-ஆராய்ச்சி செய்து. ஆய்ந்தாய்ந்து, அதாவது மீண்டும் மீண்டும் ஆராய்ச்சி செய்து என்று வள்ளுவர் இங்கு வலியுறுத்துவதைக் காணலாம். பலவகையிலும் ஆராய்ந்து தெளிவு பெறாமல், உணர்வின் வழியில் ஏற்படுத்திக் கொள்ளும் நட்பானது முடிவில் சாகும் அளவிற்கும் பெருந்துயரில் கொண்டுவிடும் என்கிறது நட்பு ஆராய்தல் அதிகாரத்தின் குறள்.

ஆராயாமல் செய்த நட்பினும் கேடு வேறு ஒன்றும் இல்லை என்ற இதே கருத்தை;

> நாடாது நட்டலின் கேடில்லை நட்டபின்
> வீடில்லை நட்பாள் பவர்க்கு (நட்பாராய்தல்: குறள் - 791)

என்ற குறளும் கூறுகிறது. இக்குறளில் ஆராயாமல் செய்வதை நாடாது (நாடாது-ஆராயாமல்) என்கிறார் வள்ளுவர். ஆகவே

ஆராயாது நட்புச் செய்தலைப்போலக் கேடு வேறில்லை.

அழச்சொல்லி அல்லது இடித்து வழக்கறிய
வல்லார்நட்பு ஆய்ந்து கொளல் (நட்பு ஆராய்தல்: குறள்- 795)

நல்ல நட்பு என்ற கூறப்படும் தகுதி யாருக்கு உண்டென்றால் அழுகின்ற அளவுக்கு அறிவுரை சொல்லி ஒருவரைத் திருத்தும் உரிமையுடையவரையே அடையாளம் காட்ட இயலும். அவரையே நட்பாகக் கொள்ள வேண்டும். அத்தகைய இடித்துரைக்கும் பண்பில்லாத ஒருவரானால் அவர் குறித்து ஆராய்ந்து முடிவெடுத்த பின்னர்தான் (ஆய்ந்து நட்புக் கொளல் - ஆராய்ந்து நட்புக் கொள்க) அவரை நமது நட்பாக்கிக் கொள்ள வேண்டும் என்பதும் குறள் கூறும் கருத்து.

யாருடன் தொடர்பு கொள்ளுதல் குறித்து ஆராய்ந்து முடிவெடுக்க வேண்டும் என்ற இக்கருத்தை வள்ளுவர் வரைவின் மகளிருடன் கொள்ளும் தொடர்புக்கும் பொருத்திக் காட்டுகிறார். ஆராய்ந்து அறியும் அறிவற்றவரே பொதுமகளிர் உறவினை நாடிச் செல்வர் என்பது வள்ளுவரின் துணிபு.

பொருட்பொருளார் புன்னலம் தோயா அருட்பொருள்
ஆயும் அறிவி னவர் (வரைவின் மகளிர்: குறள் - 914)

மற்றொரு குறளில் அருளுடமை என்னவென்று ஆராய்ந்து தெளிந்த அறிவுடையவர், பொருள் ஒன்றையே கருத்தாகக் கொண்டு செயல்படும் பொதுமகளிரின் இழிவான உறவை நாடமாட்டார்கள் என்கிறார்.

ஆயும் அறிவினர் அல்லார்க்கு அணங்கென்ப
மாய மகளிர் முயக்கு (வரைவின் மகளிர்: குறள்- 918)

ஆராய்ந்தறியும் அறிவு இல்லாதோருக்கு அழகிய மோகினியால் (அணங்கு தாக்கு) தாக்கப்பட்டவர் போல வஞ்சம் நிறைந்த பொதுமகளிரை நாடுவர் என்கிறர் வள்ளுவர்.

விலைமகளிரிடம் செல்வோர் மட்டுமன்று அடுத்தவர் மனைவியை விரும்பிச் செல்பவரும் அதே ஆராயும் அறிவற்றவரே என்கிறது குறள்,

எனைத்துணையர் ஆயினும் என்னாம்தினைத்துணையும்

தேரான் பிறனில் புகல் (பிறனில் விழையாமை: குறள்- 144)

பெருமைமிக்க நிலையில் உள்ள ஒருவரும் தான் செய்வது எத்தகைய ஒரு இழிய செயல் என்று சிறிதும் ஆராய்ந்து பார்க்க மாட்டாதவராக (தேராது-தனது தகுதியின் நிலை குறித்து ஆராயாமல்) பிறன் மனைவியை நாடிச் செல்வது அவரது பெருமையை அழித்துவிடும்.

(2) செயல்வகை விதிகள் - செயலாக்கத் திட்டங்கள்:

இதனை இதனால் இவன்முடிக்கும் என்றாய்ந்து
அதனை அவன்கண் விடல் (தெரிந்து வினையாடல்:குறள் - 517)

ஒரு செயலைக் குறிப்பிட்ட இந்தந்த வழிமுறைகளால் இவர் செய்து முடிக்க வல்லவர் என்பதைக் கண்டறிந்து அப்பணியை அவரிடம் ஒப்படைக்கவேண்டும். செயல், செய்முறைகள், செயலை முடிக்கக்கூடிய தகுதி இம்மூன்றும் தக்கவாறு பொருந்திவிட்டால் அச்செயல் நிறைவடைவதில் தடையிருக்காது. இதனை ஆராய்ந்து முடிவெடுத்துச் செயல்படவேண்டும் என்பது வள்ளுவர் அறிவுரை. *Well begun is half done* என்ற ஆங்கிலப் பழமொழியும் நன்கு துவங்கிய ஒரு செயல் என்றால் அதுவே பாதி முடிவடைந்த நிலை என்கிறது.

தெரிந்த இனத்தோடு தேர்ந்துஎண்ணிச் செய்வார்க்கு
அரும்பொருள் யாதொன்றும் இல் (தெரிந்து செயல்வகை: குறள் -462)

என்ற குறள் (தேர்ந்து-ஆராய்ந்து) தேர்ந்தெடுக்கப்பட்ட திறமையுள்ளவர்களுடன் இணைந்து தாமும் நன்கு சிந்தித்துச் செயல்படுவோருக்குச் செய்ய இயலாத கடினமான செயல் என்று எதுவுமே இல்லை என்று அறிவுறுத்துகிறது. பணியில் ஈடுபடுவோரை ஆராய்ந்து தேர்ந்து எடுத்து அவர்களுடன் சிந்தித்துச் செயலாற்றினால் பிறகு பணியில் வெற்றி என்பதுதான் விளைவு. அவ்வாறான திறமைசாலிகளை எவ்வாறு அடையாளம் காண என்ன வழி என்பதையும் வள்ளுவர் விளக்கத் தவறவில்லை.

அறம்பொருள் இன்பம் உயிர்அச்சம் நான்கின்
திறம்தெரிந்து தேறப் படும் (தெரிந்து தெளிதல்:குறள்- 501)

அறம், பொருள், இன்பம், உயிர்அச்சம் ஆகிய இந்த நான்கிலும் ஒருவரது நிலைப்பாடு என்னவாக இருக்கும் என ஆராய்ந்து பணிக்கு இவர் கொண்டுள்ள இத்தகைய பண்புகள் உதவுமா என்று ஆராய்ந்த பின்னரே ஒருவர் தேர்வு செய்யப்பட வேண்டும். அறம் தவறாதவராக, விலைக்கு வாங்க முடியாதவராக, இன்பவாழ்வில் நாட்டமில்லாதவராக, உயிரை இழக்க வேண்டியிருக்கும் இக்கட்டான சூழ்நிலையிலும் காட்டிக் கொடுத்துக் கைவிடாதவர் போன்றவரை நம்பி மட்டுமே சில நுட்பமான செயல்களை ஒப்படைக்க இயலும் என்பதுதான் உண்மை.

தேறற்க யாரையும் தேராது தேர்ந்தபின்
தேறுக தேறும் பொருள் (தெரிந்து தெளிதல்: குறள் - 509)

எவரையும் ஆராயாது பணிக்குத் தேர்ந்தெடுக்கக்கூடாது. ஆராய்ந்து தேர்வு செய்த பின்னரும் அவரது திறமைக்கு ஏற்ற செயலையே அவரிடம் ஒப்படைக்க வேண்டும் என மீண்டும் இந்தக் குறளிலும் ஆராய்ந்து ஒருவரைப் பணிக்குத் தேர்வு செய்ய வேண்டும் என்பதை வள்ளுவர் வலியுறுத்துகிறார்.

(3) வாழ்க்கை விதிகள் - வாழ்வியல் அறிதல்:

தாம் வாழும் வாழ்வைக் குறித்த தெளிவான புரிதல் இருப்போருக்கு மன அமைதி இருக்கும் என்பது இக்கால மனவளக் கட்டுரை எழுதுவோர் கூறும் தத்துவக் கருத்தன்று. சங்கப் பாடலான புறநானூற்றில் கணியன் பூங்குன்றனார் இதைத் தெளிவாகக் கீழ்வருமாறு கூறுகிறார்,

....

சாதலும் புதுவது அன்றே, வாழ்தல்
இனிதென மகிழ்ந்தன்றும் இலமே முனிவின்
இன்னா தென்றலும் இலமே, மின்னொடு
வானம் தண்துளி தலைஇ யானாது
கல் பொருது மிரங்கு மல்லல் பேரியாற்று
நீர்வழிப் படூஉம் புணைபோல் ஆருயிர்
முறை வழிப் படூஉம் என்பது திறவோர்
காட்சியில் தெளிந்தனம்... (புறநானூறு-192)

எங்களுக்குச் சாதல் புதுமையில்லை, அவ்வாறே வாழ்தலும்

இன்பமென்று மகிழ்ந்தது இல்லை, அந்த வாழ்வை வெறுத்து இது துன்பமான வாழ்வு என ஒதுங்கியதுமில்லை. பேராற்று நீர்வழி ஓடும் ஓடம் போல இயற்கைவழியில் எதுவும் நிகழ்வதுதான் உயிர்வாழ்வதன் இயல்பு என்று சான்றோர் அறிவுறுத்தியதை அறிந்து தெளிவு பெற்றுள்ளோம் என்று வாழ்க்கையின் இயல்பைக் கணியன் பூங்குன்றனார் நயம்பட உரைக்கின்றார். இத்தெளிவு வந்த பிறகு நமது மனம் வாழ்வில் ஏற்படும் மாற்றங்களைக் கண்டு அலை பாயாது அஞ்சாது அமைதியுடன் இருக்கும்.

இந்த உண்மையை ஆராய்ந்து அறிவது பற்றியும் வள்ளுவர் கூறுகிறார்.

கற்றீண்டு மெய்ப்பொருள் கண்டார் தலைப்படுவர்
மற்றீண்டு வாரா நெறி (மெய்யுணர்தல்: குறள் - 356)

இவ்வுலகிலே மெய்ப்பொருளைக் கற்று உணர்ந்தவர், வாழ்க்கைத் துன்பங்கள் இங்குத் தோன்றாதவாறு நல்வழியை அடைய முற்படுவர்.

ஓர்த்துள்ளம் உள்ளது உணரின் ஒருதலையாப்
பேர்த்துள்ள வேண்டாப் பிறப்பு (மெய்யுணர்தல்:குறள்- 357)

ஒருவரது உள்ளம் தாம் வாழும் வாழ்க்கையின் பொருளை (ஓர்த்து -ஆராய்ச்சி செய்து) ஆய்ந்து உறுதியாக உணர்ந்துவிடுமானால் பின்னர் பிறப்பின் காரணம் குறித்து எண்ண வேண்டியதில்லை.

அவ்வாறு ஆராய்ந்து அறிவதே அறிவுடைமை என்பதை மற்றொரு குறளிலும் வள்ளுவர் கூறுகிறார்.

பிறப்பென்னும் பேதைமை நீங்கச் சிறப்பென்னும்
செம்பொருள் காண்பது அறிவு (மெய்யுணர்தல்:குறள்- 358)

பிறப்பு பற்றிய காரணம் அறியமுடியாத பேதைமை நீங்குமாறு எங்கும் சிறப்புற நிறைந்துள்ள செம்பொருளை ஆராய்ந்து உணர்வதே அறிவு.

(4) அரசாட்சியின் விதிகள் - ஆட்சிமுறை அறங்கள்:

ஆட்சி செய்வோருக்கு ஆராய்ச்சி மனப்பான்மை இன்றியமையாதது. அவர்கள் செங்கோல் தாழாது ஆட்சி

செய்ய எதையும் ஆராய்ந்தே முடிவெடுக்க வேண்டும். இதைச் சிலப்பதிகாரத்தில் கண்ணகி தனது கணவன் கோவலனின் இறப்பிற்குப் பாண்டிய மன்னனிடம் நீதி கேட்கச் சென்ற பொழுது கூறுவதன் மூலம் தெளிவாகக் காணலாம். கண்ணகி தன்னைப் பாண்டியனிடம் அறிமுகப்படுத்திக் கொள்ளும்போதே அவனை நோக்கி தேரா மன்னா (தேரா மன்னா = ஆராய்ச்சி இல்லாத அரசனே) என்றுதான் பேசத் துவங்குகிறாள். தொடர்ந்து ஆராய்ச்சி மணி கட்டி ஆட்சி செய்து அம்மணியை ஒலித்து நீதி கேட்ட கன்றை இழந்த பசுவிற்கு நீதி வழங்க விரும்பி, தேரோட்டி அதைக் கொன்ற தனது மகனையே தேர்க்காலில் இட்டு நீதி வழங்கிய சோழமன்னனின் நாட்டைச் சேர்ந்தவள் நான் என்று தன்னை அறிமுகப் படுத்திக்கொள்கிறாள்.

தேரா மன்னா செப்புவது உடையேன்
எள்ளறு சிறப்பின் இமையவர் வியப்பப்
புள்ளுறு புன்கண் தீர்த்தோன் அன்றியும்
வாயிற் கடைமணி நடுநா நடுங்க
ஆவின் கடைமணி உகுநீர் நெஞ்சுசுடத் தான்தன்
அரும்பெறல் புதல்வனை ஆழியின் மடித்தோன்
பெரும்பெயர்ப் புகார்என் பதியே

(சிலப்பதிகாரம்-வழக்குரை காதை: 50-63)

ஆராய்ந்து நீதி வழங்க வேண்டியது மன்னனின் கடமை, அதுவே அறம் என்று கூறும் வள்ளுவர்,

ஒர்ந்துகண் ணோடாது இறைபுரிந்து யார்மாட்டும்
தேர்ந்துசெய் வஃதே முறை (செங்கோன்மை: குறள்- 541)

வழக்கை ஆராய்ந்து எவருக்கும் சார்பு நிலையில் இரக்கம் காட்டாமல் இறையாண்மையுடன் தெளிவாக உணர்ந்து முடிவு செய்வதுவே அறமாகும் என்று குறளில் வலியுறுத்துகிறார். அடுத்த கட்டமாக அவ்வாறு ஆராயாமல் அரசாளும் மன்னனின் ஆட்சிக்காலம் தானே அழியும் என்கிறார். முறைதவறித் தீர்ப்பு வழங்கிய பாண்டியன் நெடுஞ்செழியனின் வாழ்வும் அவ்வாறேதான் முடிவுற்றது.

எண்பதத்தான் ஓரா முறைசெய்யா மன்னவன்
தண்பதத்தான் தானே கெடும் (செங்கோன்மை: குறள்- 548)

மக்கள் எளிதாக முறையிட வழி செய்து காலந்தாழ்த்தாது

ஆராய்ந்து தக்கவகையில் நீதி வழங்காத ஆட்சி தானே அழிந்துவிடும்.

மேலும் வள்ளுவர் ஒற்றுச்செய்திகளை ஆராய்ந்து உண்மைத் தன்மை அறிய வேண்டிய தேவையையும் மன்னனுக்கு உணர்த்துவார்.

ஒற்றுஒற்றித் தந்த பொருளையும் மற்றுமோர்
ஒற்றினால் ஒற்றிக் கொளல் (ஒற்றாடல்: குறள் - 588)

என்கிறார் வள்ளுவர். ஓர் உளவாளி சேகரித்துச் சொன்ன செய்திகளை மற்றொரு உளவாளி மூலம் முன்னர் கிடைத்த ஒற்றுச் செய்தியோடு ஒப்பிட்டு நோக்கி உண்மை அறிய வேண்டும் என்பது குறள் சொல்லும் கருத்து. ஒரு ஒற்றர் சொல்லும் உளவுச் செய்தியை அப்படியே நம்பக்கூடாது, மற்றொரு ஒற்றர் கொண்டு வரும் செய்தியும் அதே தகவலைத் தந்தாலே அரசர் அதனை உறுதியாக நம்பி முடிவெடுக்கலாம்.

இவ்வாறு தரவுகளை ஒப்பிடச் சொல்லும் வள்ளுவர் அடுத்த குறளிலேயே மூன்றுகோணங்களில்(triangulation method of research) அச்செய்தியை அலசி ஆராயவும் சொல்கிறார்.

ஒற்றெற் றுணராமை ஆள்க உடன்மூவர்
சொற்றொக்க தேறப் படும் (ஒற்றாடல்: குறள் -589)

ஒருவரை மற்றொருவர் அறியாத வகையில் மூன்று வெவ்வேறு ஒற்றர்களை ஒற்றறிய அனுப்பி, அந்த மூவரும் அறிந்து வந்து சொல்லும் கருத்தில் ஒற்றுமை இருப்பின் அதை உறுதியான உண்மை என அறியலாம் என்பது இந்தக் குறள் சொல்லும் கருத்து.

இதுகாறும் வள்ளுவர் ஆய்வு செய்க எனக் கூறும் குறட்பாக்களின் கருத்துக்களைப் பகுத்துக் காண்கையில் நாம் அறிவது, பிறப்பால் கிடைக்கும் உறவுகளைத் தவிர்த்து, நாம் தேடி அடையும் ஏனைய உறவுகளை ஆராய்ந்து அறிந்த பின்னரே அவர்களுக்கு நம் தனிப்பட்ட வாழ்க்கையில் இடம் அளிக்க வேண்டும். அந்த உறவுகளே அறம் சார்ந்த வகையில் நம் வாழ்க்கை அமைய உதவும். தொழில்முறையில் பணியாளர்களைத் தேர்வு செய்யும் பொழுதும் தக்கவரைத் தேர்ந்து தமது பணியில் இணைத்துக் கொள்ளுதல் பணியில் வெற்றிபெற வழி வகுக்கும்.

தேமொழி

அத்துடன் இன்றி வாழ்க்கையின் இயல்பு என்னவென்று ஆராய்ந்து அறிந்து கொண்டால் துயர் வருத்தாது அமைதியுடன் வாழ இயலும். இவ்வாறு தனி மனிதருக்கு மட்டுமின்றி அரசாட்சி செய்வோருக்கும் கூறுகிறார். அறம் எது என ஆராய்ந்து தம் ஆட்சிக்குரிய மக்களுக்கு முறை செய்ய வேண்டும். இல்லாது போனால் அவர்கள் அழியும் நிலைக்குத் தள்ளப்படுவார்கள் என்கிறார் வள்ளுவர்.

உதவிய நூல்கள்:

திருக்குறள், புறநானூறு, சிலப்பதிகாரம்.

- "சிறகு" - நவம்பர் 2019

4

புரட்சிப் பதிகம் பாடிய நங்கை

இந்திய வரலாற்றில் காலந்தோறும் சாதீயத்தையும் தீண்டாமையையும் எதிர்த்துக் குரல் கொடுத்தோர் பலர். தமிழகத்தில் பற்பல குலப் பின்னணி கொண்டவரையும் சமமாகக் கருதி தம்முடன் இணைத்துக் கொள்ளும் நோக்கத்தை முன்வைத்தது மட்டுமின்றி நாயன்மார்களில் ஒருவராகவும் ஆழ்வார்களில் ஒருவராகவும் ஒடுக்கப்பட்ட குலப்பிரிவினர்களையும் ஏற்றுக்கொள்ளும் நடவடிக்கைகளும் முன்னெடுக்கப்பட்டது. இருப்பினும் இவ்வாறு மேற் கொள்ளப்பட்ட மறைமுகச் சமத்துவ முறைகள் பலனளிக்காமல் போனதும் வரலாறு காட்டும் உண்மை.

இம்முயற்சிகள் பலனளிக்காமல் இக்காலகட்டத்தையும் கடந்து தீண்டாமையும் சாதிச் சழக்குகளும் மக்களின் வாழ்வில் தலைவிரித்தாடிய கொடுமையைக் கண்டித்து நேரடியாகவே பார்ப்பன எதிர்ப்புக் கலகக் குரல்கள் எழத் துவங்கிய காலம் 15 ஆம் நூற்றாண்டு. இக்காலகட்டம் சாதி எதிர்ப்பு இலக்கியங்கள் வெளிப்படையான பார்ப்பன எதிர்ப்பு இலக்கியங்களாகவே உருவெடுக்கத் தொடங்கிய ஒரு திருப்புமுனைக் காலமாக, சமூகச்சீர்திருத்தக் கருத்துகளை முன்வைக்கும் ஒரு காலமாக தமிழிலக்கிய வரலாற்றில் அறியப்படுகிறது.

மாரிதான்சிலரை வரைந்துபெய்யுமோ
காற்றுஞ்சிலரை நீக்கிவீசுமோ
மானிலஞ்சுமக்க மாட்டேனென்னுமோ
கதிரோன்சிலரைக் காயேனென்னுமோ
நீணான்குசாதிக் குணவுநாட்டிலுங்
கீணான்குசாதிக் குணவுகாட்டிலுமோ

- கபிலர் அகவல்

சந்தனம் அகிலும் வேம்பும் தனித் தனி வாசம் வீசும்
அந்தணர் தீயில் வீழ்ந்தால் அதன் மணம் வேறதாமோ?
செந்தலைப் புலையன் வீழ்ந்தால் தீ மணம் வேறதாமோ?
பந்தமும் தீயும் வேறோ பாய்ச்சலூர்க் கிராமத்தாரே.
-உத்தரநல்லூர் நங்கை, பாய்ச்சலூர் குறித்து பதிகம்: 9.

நட்ட கல்லைத் தெய்வமென்று நாலுபுட்பம் சாத்தியே
சுற்றி வந்து மொண மொணென்று சொல்லு மந்திரம் ஏதடா?
நட்ட கல்லும் பேசுமோ நாதன் உள்ளிருக்கையில்?
சுட்ட சட்டி சட்டுவம் கறிச்சுவை அறியுமோ?
— சிவ வாக்கியர், பாடல்: 520.

என்று இக்காலம் தொடங்கியே மேலே காட்டப்பட்டவாறாக கபிலர் அகவல், பாய்ச்சலூர் பதிகம், சித்தர் இலக்கியங்கள் போன்றவை நேரடியான பார்ப்பன எதிர்ப்புக்குரலைப் பதிவு செய்யத் தொடங்கின.

உத்தரநல்லூர் நங்கை:

சமத்துவமும் உரிமையும் கோரி எதிர்ப்புக் குரல் கொடுத்த முதல் தமிழ்ப்பெண்மணி, புரட்சி மங்கை, 15 ஆம் நூற்றாண்டில் வாழ்ந்த உத்தரநல்லூர் நங்கை என்ற தாழ்த்தப்பட்ட குலத்தைச் சார்ந்தவரே என்று தமிழிலக்கிய வரலாறு காட்டுகிறது. இவர் பாய்ச்சலூர்க் கிராம மக்கள் காட்டிய சாதி வேற்றுமைக்குக் கண்டனக்குரல் எழுப்பி பாய்ச்சலூர் பதிகம் என்ற பாடல்களை இயற்றியுள்ளார். பாய்ச்சலூர் பதிகம் என்பது நங்கையார் பதிகம் என்றும் அழைக்கப்படுவதாகத் தெரிகிறது. பாய்ச்சலூர் பதிகம் தமிழ் சிற்றிலக்கிய நூல்களில் ஒன்று. இதில் மொத்தம் 11 விருத்தப் பாடல்கள் (பதிகம் என்பதால் 10 பாடல்களும், அத்துடன் ஒரு காப்புச் செய்யுள் ஒன்றும்) உள்ளன.

இப்பதிகம் சாதீய அமைப்புக்கும் நால்வர்ணக் கொள்கைக்கும் எதிரான கருத்துகளை நேரடியான பார்ப்பன ஆதிக்க எதிர்ப்பாகவே பதிவிடுவது இதன் தனிச்சிறப்பு. வேதியன் படைத்தவை சாதிகள் எனக் கூறி, சாதிகள் பிராமணர் சூழ்ச்சியால் உருவாக்கப்பட்டவை என்று காட்டுகிறார் உத்தரநல்லூர் நங்கை. அந்தச் சாதிகளை நிலைநிறுத்தப் பிராமணர்கள் உருவாக்கிய சடங்குகள் வழி செய்கின்றன என்பதை இவர் பாடல்கள் விளக்குவதுடன் அவற்றை எதிர்த்துச் சடங்குகளையும் வேதத்தையும் சாடி, சமத்துவம் கோரி இவர் குரல் எழுப்புவதையும் பாடலில்

காணலாம்.

தமிழின் முதல் தலித் இலக்கியம் என்று ஒடுக்கப்பட்ட இனத்தின் குரலாகக் குறிக்கப்படும் பெருமையையும் பெற்றுள்ளது பாய்ச்சலூர் பதிகம். மனிதர்களில் பேதம் பார்க்கிறீர்களே வேள்வி வளர்த்து நீங்கள் படிக்கும் மறையினால் என்ன பயன்? என்றும் தீயிலிட்டு எரிக்கப்படும் பலவகை மரங்கள் வெவ்வேறுவகை வாசனையைத் தரலாம், அது போல வெவ்வேறு சாதி மனிதர்களின் பிணங்கள் எரிபடும் பொழுது வெவ்வேறு வாசமா வீசுகிறது? என்ற சாடல்களுக்கு இன்றுவரையிலும் பதில் சொல்வார் இல்லை என்பதையே சாதிய வன்முறைகள் காட்டி வருகின்றன.

வழக்கம் போல சமயக் கருத்துகளைச் சாடும் நூல்கள் எதிர்கொள்ளும் முடிவையே இந்த நூலும் எட்டியுள்ளது. யாராலும் அதிகம் பேசப்படாமல், பெரும்பாலோர் அறிந்துகொள்ள வழியில்லாமல் இருட்டடிப்புச் செய்யப்பட்ட இலக்கியங்களில் ஒன்று இது.

இவள் ஒரு பெண்கவி. பிராமணரை வசை பாடினாள் என்று அபிதான சிந்தாமணி தரும் குறிப்பு ஒன்றும்; இதிலிருந்து மூன்று பாடல்களை மட்டும் எடுத்து வெளியிட்டு உத்தரநல்லூர் நங்கை இன்னாள் என்றும் இவளுக்கு பிராமணரிடத்து வெறுப்பு வந்ததற்குக் காரணம் இன்னதென்றேனும் விளங்கவில்லை என்று 1916ல் வெளியிடப்பட்ட தமிழ் நாவலர் சரிதை தரும் குறிப்பு ஒன்றும்; மு. அருணாசலம் எழுதிய தமிழ் இலக்கிய வரலாறு பதினைந்தாம் நூற்றாண்டு நூலில் பதிகத்தின் உள்ள எட்டுப் பாடல் உள்ள தொகுப்பு ஆகியன மட்டுமே பாய்ச்சலூர் பதிகம் குறித்த இலக்கியவரலாற்றுச் செய்தியாக நாம் அறியக்கூடிய செய்திகள்.

பாதகர்களான பாய்ச்சலூர் பங்காளிகள் பதினொரு பேர் என்று அண்ணன்மார் சுவாமி கதை யில் பாய்ச்சலூர் குறித்து ஒரு செய்தி வருகிறது. சிவவாக்கியர் பாடலில் இடம்பெறும் பாய்ச்சலூர் என்ற சொல்லுக்குத் தத்துவ விளக்கங்கள் கொடுக்கப்படுகின்றன. பாய்ச்சலூர் பதிகம் குறிப்பிடும் பாய்ச்சலூர் என்ற கிராமம் திருச்சிக்கு அருகே உள்ளது; இல்லை..இல்லை.. அது இருப்பது திருவண்ணாமலைக்கு அருகே, ஒட்டன்சத்திரம் பக்கமாக, பழனிக்குப் பக்கத்தில், கோடைக்கானலுக்கு அருகில், இல்லையில்லை அது கேரளாவில்

திருவனந்தபுரத்திற்கு அருகில் உள்ளது என்றெல்லாம் பல்வேறு கருத்துக்கள் கூறப்படுகின்றன. இன்றும் கேரள பாய்ச்சலூர் கிராமத்தில், ஒடுக்கப்பட இனத்தவரான ஈழவ மக்கள் பாய்ச்சலூர் பதிகத்தை மலையாளத்தில் எழுதி வைத்துப்பாடுவதாக மாலன் தனது பெண்களில் ஒரு பெரியார் என்ற கட்டுரையில் பதிவு செய்துள்ளார்.

புலவர் உத்திரநல்லூர் நங்கை குறித்த செய்தியொன்றை, மு. அருணாசலம் அவர்களின் தமிழ் இலக்கிய வரலாறு பதினைந்தாம் நூற்றாண்டு நூல் குறிப்பிடுகிறது. ஆற்றங்கரையில் மாடுமேய்க்கும் பறையர் குல பெண் உத்திரநல்லூர் நங்கையும், அங்கு மறையோதும் பார்ப்பன இளைஞன் ஒருவரும் காதலிக்கிறார்கள். அது குறித்து வெகுண்டெழும் பாய்ச்சலூர் கிராம மக்கள் அவளையும் அவளது சேரியையும் கொளுத்த வருகிறார்கள். அவர்களை எதிர்கொள்ளும் உத்திரநல்லூர் நங்கை சாதியை எதிர்த்துக் குரல் கொடுப்பதாக பாய்ச்சலூர் பதிகம் அமைகிறது.

தமிழ் நாவலர் சரிதையும் மு. அருணாசலம் அவர்களின் நூலும் முழுமையாகப் பதிகத்தின் 11 பாடல்களையும் இணைக்கவில்லை என்பது குறிப்பிடத்தக்கது. இக்கட்டுரையில் சென்னை வித்யாரத்நாகர அச்சுக்கூடம், 1923 இல் வெளியிட்ட பாய்ச்சலூர் பதிகம் பாடல்கள் அனைத்தும் இணைக்கப்பட்டுள்ளன. அச்சுப்பிழைகள் நீக்கப்பட்டுப் பாடல்களும் பதம் பிரிக்கப்பட்டுள்ளன. அடைப்புக்குறிக்குள் உள்ள ஆங்கில எழுத்துக்கள் மு. அருணாசலம் அவர்களின் நூலில் காணும் பாடல்களில் இருந்து வேறுபடும் பிரதி பேதங்களைக் குறிக்கின்றன.

'பாய்ச்சலூர் பதிகம்'

காப்பு:

அறுசீரடி ஆசிரிய விருத்தம்.

மூலத்தின் மேலே நின்று
கூன்று மண்டலமும் தாண்டி
சீலத்தின் வெளியாய் வந்து
சிலம்பு ஒலி பரமானந்தக்

கோலத்தின் மேலே நின்று
குகன்று முகனைப் பாட
வாலிப ரூபமான
ஐங்கரன் காப்பதாமே.

ஓதிய நூலும் பொய்யே
உடல் உயிர் தானும் பொய்யே
சாதியும் ஒன்றே ஆகும் *(A)*
சகலமும் வேறதாமோ
வேதியன் படைத்தது அல்லால்
விதி தன்னை வெல்லல் ஆமோ *(B)*
பாதியே பரமே சூழும் *(C)*
பாய்ச்சலூர்க் கிராமத்தாரே. *1*

உறக்கமோ ஊன உள்ளம்
உள்ளமோ புறம்போ சீவன்
இறப்பது முன்னோ பின்னோ
ஈன்றது பெண்ணோ ஆணோ
கறப்பது முலையோ பாலோ
காண்பது மனமோ கண்ணோ
பறப்பது இறகோ காலோ
பாய்ச்சலூர்க் கிராமத்தாரே. *2*

வெற்றிலை தாழை வாழை
வித்து ஒன்று முளைப்பது ஒன்றோ
பற்றிய யோனி பேதம்
பாருளோர் அறிந்திடாமல்
பெற்றவர் தம்மைத் தேடிப்
பிறந்து இருந்து இறந்து போனார்
பற்றி நின்று அலைவது ஏனோ
பாய்ச்சலூர்க் கிராமத்தாரே. *3*

தீப்படைக் கடைந்த கோலும்
சீவனும் சீவன் வேறோ
வார்படைத் தந்தை தாயார்
மக்களும் சுற்றத்தாரும்
மோர் படைக்கடைந்த வெண்ணெய்

மோருடன் கூடாவண்ணம்
பாற் படத் திரளவேண்டும்
பாய்ச்சலூர்க் கிராமத்தாரே. 4

கொக்கு மேல் குடுமி கண்டேன்
கோழி மேல் சூடும் கண்டேன்
நெக்குறி வாலும் கண்டேன் *(D)*
நீரின் மேல் நெருப்பும் கண்டேன்
சற்குலம் என்று சொல்லிச் *(E)*
சதுர்மறை பேசவேண்டாம்
பக்குவம் அறிந்து பாரும்
பாய்ச்சலூர்க் கிராமத்தாரே. 5

வித்து ஒரு மரத்தை ஈனும்
மரம் ஒரு வித்தை ஈனும்
பெற்றதாய் பிள்ளை ஈனும்
பிள்ளையும் மதலை ஈனும்
உற்றபால் தயிரை ஈனும்
உதிரம் சுக்கிலத்தை ஈனும்
பற்றி நின்று அலைவது ஏனோ
பாய்ச்சலூர்க் கிராமத்தாரே. 6

மகங் கொண்ட தேகம் தன்னை *(F)*
மற்றொரு சுத்தம் காணார் *(G)*
அகம் கண்டு புறமும் கண்டு
அவனுனக்கே தாரமானேன்
சுகம் கண்டு துக்கம் கண்டு
சுக்கிலவழியே சென்று
பகங் கொண்டது ஏனோ என்னில்
பாய்ச்சலூர்க் கிராமத்தாரே. 7

ஊருடன் பார்ப்பார் கூடி *(H)*
உயர்ந்த ஓர் சாலை கட்டி
நீரிலே மூழ்கி வந்து
நெருப்பில் நெய்யைத் தூவிக் *(I)*
கார் வயல் தவளை போலக்
கலங்கிய உங்கள் வேதம் *(J)*

பாரை விட்டு அகன்றது ஏனோ
 பாய்ச்சலூர்க் கிராமத்தாரே. 8

சந்தனம் அகிலும் வேம்பும்
 தனித் தனி வாசம் வீசும் (K)
அந்தணர் தீயில் வீழ்ந்தால்
 அதன் மணம் வேறதாமோ ? (L)
செந்தலைப் புலையன் வீழ்ந்தால்
 தீ மணம் வேறதாமோ ?
பந்தமும் தீயும் வேறோ
 பாய்ச்சலூர்க் கிராமத்தாரே. 9

ஒரு பனை இரண்டு பாளை
 ஒன்று நுங்கு ஒன்று கள்ளு
அறிவினில் அறிந்தவற்கு (M)
 அதுவும் கள் இதுவும் கள்ளே
ஒரு குலை உயர்ந்தது ஏனோ
 ஒரு குலை தாழ்ந்தது ஏனோ
பறையனைப் பழிப்பது ஏனோ
 பாய்ச்சலூர்க் கிராமத்தாரே. 10

-- பாய்ச்சலூர் பதிகம் முற்றிற்று --

(*A - M பிரதி பேதங்கள்)

குறிப்பு:

மு. அருணாசலம் எழுதிய தமிழ் இலக்கிய வரலாறு பதினைந்தாம் நூற்றாண்டு நூலில் உள்ள எட்டுப் பாடல்களுடன் ஒப்பிட்டதில் காணப்படும் பிரதி பேதங்கள்:

 A - சாதியும் ஒன்றை அல்லால்
 B - விதியினை வெல்லல் ஆமோ
 C - பாதியிற் பழியே சூழ்ந்த
 D - நெக்குறு வாலும் கண்டேன்
 E - சற்குணம் என்று சொல்லிச்
 F - மகம்கொண்ட தேகம் தன்னில்

தேமொழி

G - மற்றொரு சுத்தம் காணீர்
H - ஊருள பார்ப்பார் கூடி
I - நெருப்பிலே நெய்யை விட்டுக்
J - கதறிய வேதம் தானும்
K - தனித்தனிக் கந்தம் நாறும்
L - அவர்மணம் வீசக் காணோம்
M - அறிந்த வர்க்கே

இது தவிர்த்து பாடல்களின் வரிசையில் மாற்றம் இருப்பதுடன், அதிகப்படியாகக் கீழுள்ள பாடலும் கிடைக்கிறது.

குலம்குலம் என்ப தெல்லாம் குடுமியும் பூணும் நூலும்
சிலந்தியும் நூலும் போலச் சிறப்புடன் பிறப்ப துண்டோ
நலந்தரு நான்கு வேதம் நான்முகன் படைத்த துண்டோ
பலந்தரு பொருளும் உண்டோ பாய்ச்சலூர்க் கிராமத்
தாரே

துணைநின்ற நூல்கள்:

1 பாய்ச்சலூர் பதிகம், உத்தரநல்லூர் நங்கை, வித்யாரத்நாகர அச்சுக்கூடம், சென்னை, 1923

https://books.google.com/books?id=fvVgDwAAQBAJ

2 மு. அருணாசலம் எழுதிய தமிழ் இலக்கிய வரலாறு பதினைந்தாம் நூற்றாண்டு நூலில் உள்ள எட்டுப் பாடல்கள்

https://ta.wikisource.org/s/34e

3 ஆவணம் : பாய்ச்சலூர் பதிகம், உன்னதம், நவம்பர் 3, 2017

http://www.unnatham.net/aavanam-2/

4 பெண்களில் ஒரு பெரியார்!, மாலன், மார்ச் 7, 2005

http://maalan.co.in/?p=202

5 *Let blind custom be buried*, Rationalists have been with us throughout Indian history, A.R. Venkatachalapathy, AUGUST 20, 2013

http://www.thehindu.com/news/national/let-blind-custom-be-buried/article5042129.ece

- "சிறகு" - ஜூன் 2018

5

மறையோன் கூறிய மதுரை வழி ஒரு மீள்பார்வை

பூம்புகாரில் இருந்து மதுரையை நோக்கிச் செல்லும் கோவலன், கண்ணகி, கவுந்தியடிகள் ஆகியோர் காவிரியின் கரையோரமாக நடந்து உறையூரை அடைந்து அங்கு தங்குகிறார்கள். பிறகு வைகறையில் உறையூரை விட்டு நீங்கித் தென்திசை நோக்கிப் பயணமாகிறார்கள். வழியில் மதுரையில் இருந்து திருவரங்கத்திற்கும் திருவேங்கடத்திற்கும் செல்ல விரும்பிப் பயணிக்கும் மாங்காட்டு மாமுது மறையோன் என்ற வழிப்போக்கன் ஒருவனை எதிர் கொள்கிறார்கள். அவன் மாங்காட்டில் வாழும் பாண்டிய நாட்டுக் குடிமகன். அவன் மதுரையில் இருந்து வருகிறான் என்பதைக் கேள்விப்பட்ட கோவலன், மாமறை முதல்வ! மதுரைச் செந்நெறி கூறு (58-59) என மதுரைக்குச் செல்வதற்கு உரிய நல்ல வழியைப் பற்றி கூறுவாயாக என்று மறையவனிடம் வினவுகிறான்.

மாங்காட்டு மாமுது மறையோன்,
….. வெங்கதிர் வேந்தன்
தானலந் திருகத் தன்மையிற் குன்றி
முல்லையுங் குறிஞ்சியும் முறைமையின் திரிந்து
நல்லியல் பிழந்து நடுங்குதுய ருறுத்துப்
பாலை யென்பதோர் படிவங் கொள்ளும்
காலை எய்தினிர் ….. *(63-67)*

என வெயில் சுட்டெரிக்கும் கோடை காலத்தில் முல்லை நிலப்பகுதியும் குறிஞ்சி நிலப்பகுதியும் தம் இயல்பை விட்டொழித்துப் பசுமை குன்றி பாலை நிலமாக மாறும் இக்காலத்தில் பயணிக்கிறீர்களே எனக் கூறுகிறான். இதிலிருந்து திருச்சிக்குத் தெற்கேயும் மதுரைக்கு வடக்கேயும் உள்ள

இடைப்பட்ட பகுதியில் மருதநிலப் பகுதி குறைவு என்பதையும் மதுரைக்குச் செல்லும் வழி குறிஞ்சி, முல்லை நிலப்பகுதிகளைக் கொண்டது என்பதும் தெரிகிறது. இன்றும் இப்பகுதியில் பட்டி என்ற பெயருடன் கூடிய ஊர்களையே அதிகம் காண முடிகிறது. முல்லைநில ஊர்கள் பட்டி என்ற பெயர் கொண்டவை. காட்டில் வாழும் மக்கள் தங்கள் கால்நடைகளை வேலிகட்டி வனவிலங்குகளிடம் இருந்து காக்கும் அமைப்பு கொண்ட ஓர் வாழிடம்தான் பட்டி என்றோ பாடி என்றோ குறிப்பிடப்படுவது வழக்கம். மேலும் அவர்கள் கோடைக் காலத்தில் பயணம் மேற்கொண்டிருப்பதும் தெரிகிறது. அக்காலத்தில் விளையக்கூடிய பயிர்கள், அவற்றின் வளர்ச்சி நிலை குறித்த செய்தியும் மாங்காட்டு மாமுது மறையோன் மதுரைக்கு ஆற்றுப்படுத்தும் செய்தியில் கிடைக்கிறது.

தொடர்ந்து அவன்,

நெடும்பேர் அத்தம் நீந்திச் சென்று
கொடும்பை நெடுங்குளக் கோட்டகம் புக்கால்
பிறைமுடிக் கண்ணிப் பெரியோன் ஏந்திய
அறைவாய்ச் சூலத் தருநெறி கவர்க்கும் (70-73)

என்கிறான். மிக நீண்ட இந்தச் சுர நெறியைக் கடந்து சென்று (இன்றைய தேசிய நெடுஞ்சாலை 38 தடம் - NH 38), கொடும்பாளூர் (புவியிடக் குறிப்பு: 10.560768, 78.515205) மற்றும் அதையடுத்துள்ள நெடுங்குளக் கோட்டகம் பகுதிக்கு (இன்றைய பெரிய குளம் பகுதி-புவியிடக் குறிப்பு: 10.552811, 78.523570) சென்றால் அவ்விடத்தில் தலையில் பிறை சூடிய சிவன் தனது கையில் ஏந்திய சூலத்தின் மூன்று முனைகள் போல இந்த வழி மூன்று தடங்களாகப் பிரிவதைக் காணுவீர்கள் என்கிறான் மாங்காட்டு மறையோன். மேலும் தொடர்ந்து, கொடும்பாளூர்-நெடுங்குளக் கோட்டகம் அருகில், சூலத்தின் முனைகள் போன்று மூன்றாகப் பிரியும் வழிகள் எத்தகையவை எனவும் விளக்குகிறான்.

வலப்பக்கம் செல்லும் வழி:

இவ்வழியில் விரிந்த தலையினையுடைய வெண்கடம்பு, காய்ந்த தலையினையுடைய ஓமை, பொரிந்த தாளினையுடைய வாகை, தண்டு காய்ந்த புல்லாகிய மூங்கில் போன்ற மரங்கள் நீரின்றிக் காய்ந்து கிடக்க, நீர் வேட்கையால் நீர்நிலையைத்

தேடி அலையும் மான்கள் வாழும் காடும் எயினர் வாழும் பகுதியும் உள்ளன. இவற்றைக் கடந்து தொடர்ந்து பயணித்தால், மலைச்சாரலில் விளையும் ஐவனம் என்ற நெற்பயிரும் இலையற்றுக் கணுக்களுடன் கூடிய முதிர்ந்த கரும்பும் அறுவடை செய்யும் நிலையில் உள்ள முதிர்ந்த வரகும் வெள்ளுள்ளி, மஞ்சள், அழகிய கவலை கொடி, வாழை, கமுகு, தாழ்ந்த குலையை உடைய தெங்கு, மா, பலா ஆகியவை நிறைந்த சிறுமலை (புவியிடக் குறிப்பு: ***10.192722, 77.995249***) என்ற பெயருடைய பாண்டிய மன்னனுக்குச் சொந்தமான மலையும் இருக்கும். அம்மலையானது உங்களின் வலப்பக்கமாக இருக்க, இடப்பக்கம் வழியாகத் தொடர்ந்து சென்றால் மதுரையை அடையலாம் என்கிறான் மாங்காட்டு மறையோன்.

இடப்பக்கத்துச் செல்லும் வழி:

வலப்பக்கத்தைத் தவிர்த்து இடப்பக்க வழியில் செல்லுவீர்கள் என்றால் பண்ணொலி எழுப்பிப் பாடும் வண்டுகள் மொய்க்கும் குளங்களும் வயல்களும் குளிர்ந்த பூஞ்சோலைகளும் பாலை நிலமும் குறுக்கிடும் காட்டுப் பகுதிகள் ஆகியனவற்றைக் கடந்து திருமால் உறையும் மலைக்குச் செல்லலாம். அங்கு மயக்கம் தரும் பிலத்து வழியுண்டு (பிலம்=குகை). அங்கு தேவர்கள் போற்றும் வியப்பைத் தரும் புண்ணிய சரவணம், பவகாரணி, இட்டசித்தி என்ற மூன்று பொய்கைகள் உள்ளன.

புண்ணிய சரவணம் பொய்கையில் மூழ்கி எழுந்தால் விண்ணவர் தலைவன் இந்திரன் எழுதிய நூலை அறியமுடியும். பவகாரணியில் மூழ்கி எழுந்தால் இப்பிறப்பு ஏற்படக் காரணமான முற்பிறப்பு குறித்து அறியமுடியும். இட்டசித்திப் பொய்கையில் மூழ்கி எழுந்தால் மனதில் எண்ணியதை அடையமுடியும். அங்குள்ள பிலத்தில் நுழைய விரும்பினால், அந்த உயர்ந்த மலையில் உள்ள உயர்ந்தோனைத் தொழுது, சிந்தையில் அவன் திருவடியை நினைத்துத் துதித்து மலையை மும்முறை வலம் வந்தால், நிலத்தைப் பிளந்தது போன்று பாயும் ஆழ்ந்த சிலம்பாற்றின் அகன்ற கரையில் ஒளிரும் பொன்னாலான கொடி போல மேகம் போன்ற கூந்தலையும் வளையல் அணிந்த தோள்களையும் உடைய பெண்ணொருத்தி தோன்றுவாள்.

அவள் நான் இந்த மலையடியில் வாழும் வரோத்தமை என அறியப்படுபவள், இப்பிறப்பில் இன்பமும் மறுபிறப்பில்

இலக்கிய மீளாய்வு

இன்பமும் இந்த இரு பிறப்புகளுமின்றி செம்மையானதாக என்றும் அழிவில்லா இன்பம் தரும் பொருள் யாவை என அம்மூன்று இன்பம் தரும் பொருட்களை உரைத்தால் நான் உங்களின் உடமையாவேன். உங்களுக்கு இப்பிலவத்தின் வாயிலைத் திறப்பேன் என்பாள். சரியான விடையைச் சொன்னால் அவள் கதவைத் திறந்து காட்டுகின்ற வழியில் சென்றால் கதவுகளுடன் கூடியப் பல வாயில்களைக் கொண்ட இடைக்கழி ஒன்று இருக்கும். அதில் இரட்டைக் கதவுகளைக் கொண்ட வாயில் அருகே ஓவியத்தில் தீட்டப்பட்டது போன்ற தோற்றத்துடன் பூங்கொடி போன்ற பெண்ணொருத்தி முடிவில்லாத இன்பம் எதுவென்று சொன்னால் மூன்றிலும் நீங்கள் விரும்பிய பொருளினைப் பெறலாம் என்று கூறுவாள். சொல்லவிட்டாலும் உங்களுக்கு நான் தீங்கு செய்ய மாட்டேன், நீங்கள் தொடர்ந்து உங்கள் வழியில் செல்லலாம் என்பாள். சரியாகச் சொன்னால் மூன்றில் நீங்கள் விரும்பியதை அடைய உதவுவாள்.

அரிய வேதநூல் கூறும் ஐந்தெழுத்து, எட்டெழுத்து மந்திரங்கள் இரண்டையும் மனமுவந்து ஓதி நீங்கள் விரும்பிய பொய்கை ஒன்றில் மூழ்கி எழலாம். அதன் பயனாகத் தவம் செய்வோர் அடைய முடியாததை அடையலாம். உங்களுக்கு அந்தப் பொய்கைகள் தரும் பலனில் ஆர்வமில்லை என்றால் அவற்றை எண்ணாது குன்றின் மீது குடிகொண்டு நிற்பவனின் மலர்ப்பாதத்தை மனதில் நினையுங்கள். அவ்வாறு செய்வீர்கள் என்றால் திருமாலின் கொடிமரம் நிற்குமிடம் காணக்கிட்டும். அதனைக் கண்ட பயனால் அவன் திருவடிகளை அடைந்து உங்கள் பிறவித்துன்பம் நீங்கிய இன்பம் அடைவீர்கள், அதன் பின் மதுரைக்குச் செல்லுங்கள், காணவேண்டிய பிலத்தின் காட்சியாகும் இது என்கிறான் மாங்காட்டு மறையோன்.

குறிப்பு: மாங்காட்டு மறையோன் கூறும் இடப்பக்கத்துச் செல்லும் வழி தரும் குறிப்பின்படி அந்த வழியானது திருமால் கோயில் உள்ள அழகர் மலைக்கு (புவியிடக் குறிப்பு: *10.100443, 78.223694*) கிழக்குப்புறமாக இருந்திருக்கக்கூடிய ஒரு வழியெனப் பொதுவாகக் கொள்ளலாம் (அதாவது இன்றைய திருச்சி-மதுரை நேர்வழியான தேசிய நெடுஞ்சாலை *38*க்கு இணையாக இருந்திருக்கக் கூடிய ஒரு வழி எனக் கொள்ளலாம்).

இடைப்பட்ட வழி:

அந்த இரு வழியிலும் செல்ல விரும்பாவிட்டால், இவ்விரண்டிற்கும் இடைபட்டவழியே மதுரைக்குச் செல்லச் சிறந்த வழி எனலாம். தேன் ஒழுகும் சோலைகள் சூழ்ந்த ஊர்களையும் இடையிடையே காடுகளையும் கடந்து சென்றால் அரிய இவ்வழியில் துன்பம் தரும் தெய்வம் ஒன்று உள்ளது. அத்தெய்வம் வழிப்போக்கருக்கு அச்சம் தராது இனிய தோற்றத்துடன் தோன்றித் துன்புறுத்தாமல் தடை செய்யும். அத்தெய்வத்திடம் இருந்து தப்பிக் கடந்து சென்றால் இந்த மூன்று பெருவழிகளும் ஒருங்கிணையும். அதன் வழி சென்று நீங்கள் மதுரையை அடையலாம் என்கிறான் மாங்காட்டு மறையோன்.

மாங்காட்டு மறையோன் கூறும் இடைபட்ட வழி, சிறுமலைக்கும் அழகர்மலைக்கும் இடையே மதுரைக்குச் செல்லும் வழியாக இருக்கலாம். மதுரைக்கு வழி கூறிய மாங்காட்டு மறையோனை நோக்கிக் கவுந்தியடிகள் நல்லொழுக்கத்தினை விரும்பும் கொள்கையுடைய நான்மறை வல்லோனே என விளித்து வாய்மையும் கொல்லாமையுமே தலையாய அறங்கள். அதுவே எங்கள் சமய நெறி என அறிக. அதன் வழி நிற்றலே போதுமானது. அதனால் குகைக்குள் நுழைதலும் பொய்கை நீராடலும் போன்ற தேவை எமக்கில்லை. நீ வணங்க விரும்பும் திருமாலை வழிபடச் செல்வாயாக என விடை கொடுத்து அனுப்புகிறார்.

இதுபோன்றே அந்தணர் கூறும் பொய்கை நீராடல் போன்ற வழிமுறைகளைக் கண்ணகியின் அந்தணத்தோழி தேவந்தி கண்ணகியிடம் முன்பொருமுறை கூறுவதாகவும் சிலப்பதிகாரம் காட்டும். புகாரின் பொய்கையில் நீராடி வணங்கினால் கண்ணகியைப் பிரிந்து சென்ற கோவலன் மீண்டும் கண்ணகியைச் சேர வருவான் எனத் தேவந்தி கூறும்பொழுது அவளுக்கு மறுமொழியளிக்கும் சமண சமயம் சார்ந்த கண்ணகி, பொய்கை மூழ்கித் தெய்வந் தொழுதல் பீடு அன்று என்பாள். இவ்வாறு கண்ணகி வாயிலாகவும் இளங்கோவடிகள் பொய்கை நீராடும் நம்பிக்கையை மறுப்பார்.

மாங்காட்டு மறையோன் வைணவன் என்பதால் திருவரங்கத்திற்கும் திருவேங்கடத்திற்கும் சென்று திருமாலை வழிபட விரும்புபவன். அவன் தனது வைணவப் பார்வையில் அழகர் மலை திருமாலின் பெருமையையும் புகழ்ந்து கூற

இலக்கிய மீளாய்வு

வாய்ப்பெடுத்துக் கொள்வதை இடப்பக்கத்துச் செல்லும் வழி குறித்து அவன் தரும் விளக்கம் மூலம் புலப்படுத்துகிறார் நூலாசிரியர் இளங்கோ. மாங்காட்டு மறையோன் கூறும் பிலமும் பொய்கைகளும் அவற்றுக்கு வழிப்போக்கரை ஆற்றுப்படுத்தும் வரோத்தமை போன்ற தெய்வீகப் பெண்களும் சமண சமய இயக்கியர். ஆகவே அழகர்மலையின் அடிவாரத்தில் இருந்தவர் சமண சமயத்தார் என்பதையும் அறிகிறோம். இயக்கியர் காட்டும் பொய்கைகள் தரும் பலனில் ஆர்வமில்லை என்றால் அவற்றை எண்ணாது குன்றின் மீது குடிகொண்டு நிற்கும் திருமாலின் மலர்ப்பாதத்தை மனதில் நினையுங்கள், அவன் திருவடிகளை அடைந்து உங்கள் பிறவித்துன்பம் நீங்கிய இன்பம் அடைவீர்கள் என மாங்காட்டு மறையோன் கூறுவதில் இருந்து அவனது வைணவ சமயச் சார்பையும் இளங்கோவடிகள் காட்டுகிறார்.

சிலப்பதிகாரம் அக்காலச் சூழ்நிலையைப் பதிவு செய்துள்ளது என்பதன் அடிப்படையில் இந்நாளில் கொடும்பாளூர் - மதுரை வழியை ஒரு மீள்பார்வை செய்யலாம். இன்றைய கூகுள் வரைபடத்தின் உதவியுடன் கொடும்பாளூரில் இருந்து மதுரைக்கு நடைப்பயணமாகச் செல்ல விரும்பினால்;

சிறுமலைக்கு கிழக்கில் ஒரு வழியும்,

அழகர் மலைக்கு மேற்கில் ஒரு வழியும்,

அழகர்மலைக்கு கிழக்கில் ஒரு வழியும் என மூன்று வழிகள் கிடைக்கின்றன.

இந்த வழிகளுக்கு இடையில் நடைப்பயணத்தில் உள்ள வேறுபாடு சுமார் பத்து கிலோமீட்டர்கள். கொடும்பாளூரில் இருந்து இடைவிடாது நடந்தால் 24 நான்கு மணி நேரத்தில் மதுரையை அடையலாம். ஒரு நாளைக்கு 8 மணி நேரம் எனப் பகல் முழுவதும் நடந்தால் இன்றைய சூழ்நிலையில் கொடும்பாளூரில் இருந்து மூன்று நாட்களில் மதுரைக்குச் செல்லலாம்.

இந்நாளில் கூகுளும் நடைப்பயண வழியாக மூன்று வழிகளைத் தருகிறது என்பது சற்றே வியப்பளித்தாலும் மக்கள் வாழும் பகுதிகளின் சாலைகளை இணைத்து வரையப்படும் பயணத்தடங்கள் என்பதால் வழியில் உள்ள பெரும்பாலான சிற்றூர்கள் அன்றும் இருந்திருந்து வழிப்போக்கர்களும் அவற்றையே தேர்வும் செய்திருக்க வாய்ப்புள்ளது என்பதை மறுக்க முடியாது.

ஒரு வேறுபாடு, கொடும்பாளூருக்குத் தெற்கே துவரங்குறிச்சி பகுதியில் வழிகள் மூன்றாகப் பிரிகின்றது (பார்க்க கூகுள் தந்த நடைப்பயண வரைபடம்.)

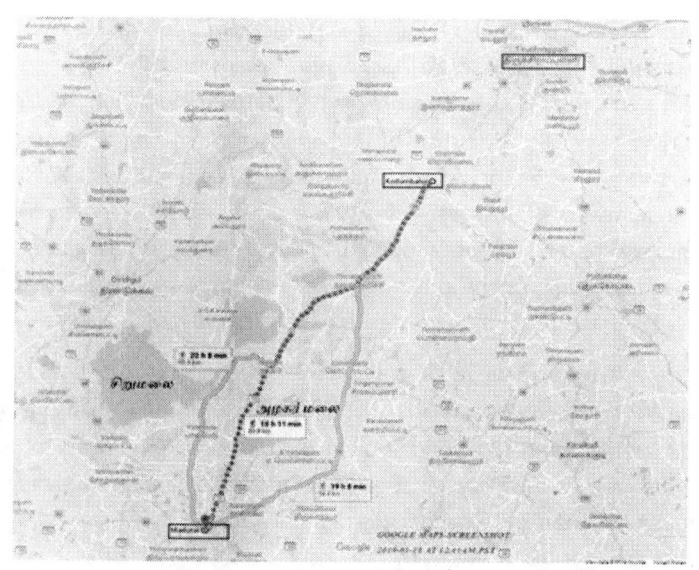

மூன்று வழிகளில்:

- வலப்பக்க வழி: சிறுமலையின் கிழக்குப்பக்க வழி, பாலமேடு வழியாக (தூரம் 99.5 கி.மீ.; நேரம் - 20 மணி 8 நிமிடம்)

- இடைவழி: அழகர்மலையின் மேற்குப்பக்க வழி (தூரம் 89.8 கி.மீ.; நேரம் - 18 மணி 11 நிமிடம்)

- இடப்பக்க வழி: அழகர்மலையின் கிழக்குப்பக்க வழி (தூரம் 94.4 கி.மீ.; நேரம் - 19 மணி 8 நிமிடம்)

இடைபட்டவழிதான் மதுரைக்குச் செல்ல சிறந்த வழி என மாங்காட்டு மறையவன் கூறுகிறான். அழகர் மலைக்கு மேற்கே உள்ள வழியையே கால்நடையாகக் கொடும்பாளூரில் இருந்து மதுரைக்குச் செல்வதற்கான சிறந்த வழியாக இந்நாட்களில் கூகுள் வரைபடமும் தருகிறது (89.8 கிமீ/ 18 மணி 11 நிமிட நடை தூரம்).

இடைநெறிக் கிடந்த இயவுகொள் மருங்கின்
புடைநெறிப் போயோர் பொய்கையிற் சென்று (168-169)

என்று சிலப்பதிகாரம் குறிப்பிடுவதன் மூலம் கோவலன், கண்ணகி, கவுந்தி ஆகியோர், (மதுரைக்குச் செல்லும் வழிகளாக மாங்காட்டு மறையோனால் கூறப்பட்ட மூன்று வழிகளில்), இடைபட்ட வழியில் தங்கள் பயணத்தைத் தொடர்வதைத் தெரிவிக்கிறது.

துணை நின்ற நூல்கள்:

1. இளங்கோவடிகள் இயற்றிய சிலப்பதிகாரம்: மதுரைக் காண்டம் — காடுகாண் காதை மூலமும் நாவலர் பண்டித ந.மு. வேங்கடசாமி நாட்டாரவர்கள் எழுதிய உரையும்

http://www.tamilvu.org/ta/library-l3100-html-l3100ind-132364

திறனாய்வுச் செல்வம், நா. பார்த்தசாரதி, முதற் பதிப்பு : டிசம்பர் 1985, நவபாரதி பிரசுரம், பக்கம் 102

https://ta.wikisource.org/s/8101

2. சமண சமய பெண் தெய்வங்கள் (இயக்கியம்மன் வழிபாடு), ச. செல்வராஜ். செப்டம்பர் 08, 2017, தொல்லியல்மணி — தாய் தெய்வங்கள்

3. *https://www.dinamani.com/tholliyalmani/tholliyalmani/thaai-deivangal/2017/sep/08/சமண-சமய-பெண்-தெய்வங்கள்-இயக்கியம்மன்-வழிபாடு-2769063—1.html*

4. தமிழகம் ஊரும் பேரும், ரா. பி. சேதுப்பிள்ளை, (முதற்பதிப்பு : 194), ஏழாம் பதிப்பு : 2005, பழனியப்பா பிரதர்ஸ், பக்கம் 14

5. *https://ta.wikisource.org/s/7hpn*

6. நன்றி: கூகுள் வரைபட சேவை — *GOOGLE MAPS-SCREENSHOT: 2019-01-18 AT 12.41AM.PST*

- "சிறகு" - ஜனவரி 2019

6
ஔவை
ೲ▽ೞ

முன்னுரை:

தமிழ்ப்புலவர் ஔவையாரை அறியாத தமிழரே இருக்க முடியாது. அப்படி யாராவது இருந்தால் அவர்கள் பள்ளி செல்லும் வயது வராத சின்னஞ்சிறு மழலையர் பட்டாளம் மட்டுமே. அகரமுதல என அ, ஆ, இ என்ற எழுத்து வரிசையைப் படிக்கத் தொடங்கும் வயதில் ஔ என்ற எழுத்துக்கு எடுத்துக்காட்டாக அனைவரும் படித்து வருவது ஒரு மூதாட்டியாகக் காட்டப்படும் ஔவையாரையே. அதற்கு மேல் அவரைப் பற்றி ஒன்றும் தெரியாமல் இருந்த அந்த வயது முதற்கொண்டும் பின்னர், ஆத்திச்சூடி என்ற நீதி நூல் கூறும் அறம் செய விரும்பு, ஆறுவது சினம், இயல்வது கரவேல் என்று அவர் பாடல்களைப் படிக்கத் தொடங்கி விடுவோம். ஆக ஔவையாரின் பாடல்கள் தெரியாத தமிழரே கிடையாது என்றும் உறுதியாகச் சொல்லலாம்.

பொதுவாகப் பலரும் அவரைப் பற்றிக் கொண்டிருக்கும் கருத்து:

ஔவையார் தமிழ் நாட்டில் வாழ்ந்த பெண் புலவர். வள்ளல் அதியமான் அளித்த நெல்லிக்கனியை ஔவையார் உண்டு நீண்ட காலம் வாழ்ந்தார் எனச் சொல்லப்படுகின்றது (ஔவையார்: https://ta.wikisource.org/s/34) என்பதையே ஒட்டியிருக்கும்.

இக்கருத்து கீழுள்ளவை போல பல்வேறு வகைக் குறிப்பாகவும் ஔவையார் குறித்த கட்டுரைகளில் இடம் பெறும்;

- ஔவைப்பாட்டி ஒரு மூதாட்டி அவர்தான் தமிழின் வழிகாட்டி.

- ஔவைப்பாட்டி தம் ஆத்திச்சூடியில் 16 இடங்களில் எப்படிப் பேச வேண்டும், என்ன பேச வேண்டும், என்ன பேசக்கூடாது,

எப்படிப் பேசக் கூடாது என்று எடுத்துரைக்கின்றார்.

- ஔவைப்பாட்டி சுந்தரருக்கு முன்னால் பிள்ளையார் உதவியுடன் கயிலை மலைக்குச் சென்றவர்.

- சங்கத்தமிழ் மூன்றையும் தனக்குத் தருமாறு கடவுளிடம் வேண்டினார் ஔவைப்பாட்டி.

- ஔவைப்பாட்டி சொன்ன மூதுரைகள் இன்றும் நமக்கு வழிகாட்டியாக உள்ளன.

- பாடல்கள் பல பாடிய தமிழ் மூதாட்டி.

எனப் பல குறிப்புகள் ஔவையார் குறித்து அறிவோம். பிறகு தமிழிலக்கியம் குறித்து அதிகம் அறிய நேரும்பொழுதுதான் ஔவையார் எழுதிய இலக்கியங்களாக நாம் அறிபவை யாவும் வரலாற்றில் பல்வேறு காலகட்டங்களில் எழுதப்பெற்றவை என்று அறிவோம். அப்பொழுது ஒரே ஒரு ஔவையார் பல நூற்றாண்டுகளாக வாழ்ந்து பாடல் எழுதியிருக்க வாய்ப்பில்லை என்பதை உணர்ந்து பல்வேறு பெண்பாற் புலவர்களுக்கும் ஔவையார் என்ற பெயர் இருந்திருக்கிறது, அவர்களும் பல்வேறு காலங்களில் வாழ்ந்தவர்கள் என்ற தெளிவு பிறக்கும்.

பற்பல ஔவையார்கள் குறித்து ஓர் பார்வை:

தமிழ் இலக்கிய வரலாற்றில் எத்தனை ஔவையார்கள் இருந்திருப்பார்கள் என்பது இன்றும் தொடரும் ஓர் ஆய்வு. பெரும்பாலோர் மூன்று ஔவையார்கள் இருந்திருந்தார்கள் என்ற கருத்துள்ளவர்கள். வரலாற்றில் முதலில் அறியப்படுபவர் சங்ககாலத்தில் வாழ்ந்தவராக அறியப்படும் புலவர்.

சங்ககால ஔவையார்:

இவர் ஒரு பாண்மகள் அல்லது பாடினி. இவர் தகடூரை ஆண்ட அதியமான் நெடுமான் அஞ்சியின் உற்ற நண்பர். ஸதியபுதோ அதியந் நெடுமாந் அஞ்சி ஈத்த பாளி என்று ஜம்பைக் கல்வெட்டு தரும் தகவலின்படி அதியமான் வாழ்ந்த காலம் கி.மு. 3 ஆம் நூற்றாண்டு என்பது வரலாறு மற்றும் தொல்லியல் ஆய்வாளர்களின் கருத்து (ஜம்பை : ஓர் ஆய்வு, செல்வராஜ், கா., 2005). அதியமானின் வீரத்தையும் கொடையையும் புகழ்ந்து ஔவையார் பாடிய பாடல்கள் புறநானூற்றில் பலவுண்டு. அத்துடன், தொண்டைமான், நாஞ்சில் வள்ளுவன், சேரமான் மாரிவெண்கோ,

பாண்டியன் கானப்பேரெயில் கடந்த உக்கிரப் பெருவழுதி, சோழன் இராசசூயம் வேட்ட பெருநற்கிள்ளி, அதியமான் மகன் பொகுட்டெழினி என்னும் பல அரசர்களைப்பற்றியும் பாடியுள்ளார். ஔவையார் அதியமானையும் பிற மன்னர்களையும் பாடிய பாடல்கள் எனப் புறநானூற்றில் மட்டுமே 31 பாடல்கள் உள்ளன. புறநானூறு மட்டுமன்று, புறநானூற்றுப் பாடல்களுடன் சேர்த்து குறுந்தொகை, நற்றிணை, அகநானூறு என்னும் எட்டுத்தொகை நூல்களில் உள்ளவற்றையும் கணக்கில் கொண்டால் சங்ககால ஔவையார் 59 பாடல்களைப் பாடியுள்ளார்.

மேலும் சில ஔவையார்கள்:

சங்ககால ஔவையாருக்குப் பிறகு எட்டாம் நூற்றாண்டில் சமய இலக்கியங்கள் வளர்ச்சியுற்ற நாயன்மார்கள் காலத்தில் ஒரு ஔவையார் சிவ பக்தியோடு வாழ்ந்ததாகவும் தெரிகிறது. சேரமான் பெருமாள் என்றும் கழறிற்றறிவார் நாயனார் என்ற பெயரிலும் அறியப்படும் சேரமான் தனது நண்பர் சுந்தரருடன் கயிலை செல்ல விரும்பி அவரைத் தொடர்ந்தார் எனவும் அதுபோலவே தானும் கயிலை செல்ல விரும்பிய ஔவையாருக்குப் பிள்ளையார் உதவி செய்தார் என்றும் விநாயகர் அகவல் பாடியவர் இந்த ஔவையார் என்றும் அறியப்படுகிறது.

மற்றுமொரு ஔவையார் பன்னிரண்டாம் நூற்றாண்டில், இரண்டாம் குலோத்துங்க சோழனின் அவையில் கம்பர், செயங்கொண்டார், புகழேந்தி, ஒட்டக்கூத்தர், சேக்கிழார் காலத்தில் இருந்ததாகவும் அறியப்படுகிறது. இவருக்கும் கம்பருக்கும் இடையில் போட்டி நிலவியது என்று வெண்பா வடிவில் உள்ள தனிப்பாடல்களும் பல இவர் பெயரில் அறியப்படுகிறது. தனிப்பாடல்களில் 70 க்கும் மேற்பட்ட பாடல்கள் இவர் எழுதியதாகத் திரட்டப்பட்டுள்ளன.

> தண்ணீருங் காவிரியே! தார்வேந்தன் சோழனே
> மண்ணாவதும் சோழ மண்டலமே- பெண்ணாவாள்
> அம்பொற் சிலம்பி அரவிந்தத் தாளணியும்
> செம்பொற் சிலம்பே சிலம்பு.

என்பதும்;

> எட்டேகால் லட்சணமே எமனேறும் பரியே
> மட்டில் பெரியம்மை வாகனமே - முட்டமேல்
> கூரையில்லா வீடே குலராமன் தூதுவனே

ஆரையடா சொன்னாய் அது.

என்பதும்;

சித்திரமும் கைப்பழக்கம் செந்தமிழும் நாப்பழக்கம்
வைத்ததொரு கல்வி மனப்பழக்கம் — நித்தம்
நடையும் நடைப்பழக்கம் நட்பும் தயையும்
கொடையும் பிறவிக் குணம்.

ஆகியன இக்கால ஔவையாருடன் இணைத்து அறியப்படும் பாடல்கள்.

சற்றேறக்குறைய இக்காலத்தைச் சேர்ந்தவராக அறியப்படும் மற்றொரு ஔவையார் துவக்கப்பள்ளி மாணவர்களுக்கு நன்கு அறிமுகமானவர். மாணவர்கள் எளிய முறையில் கற்கும் வகையில் நீதிக்கருத்துகள் கொண்ட ஆத்திசூடி, கொன்றை வேந்தன், மூதுரை, நல்வழி போன்ற நூல்கள் இவர் இயற்றிவை.

மேலும் ஒரு ஔவையார் பந்தன் அந்தாதி சிற்றிலக்கியம் யாத்தவர் என்ற கருத்தும் உண்டு.

வாழ்ந்த காலம் அடிப்படையில் ஔவையார்களைப் பிரித்து அறிவது சிக்கலானது என்ற கருத்தில்;

சங்கப் பாடல்கள் (3 -ஆம் நூற்றாண்டுக்கு முற்பட்ட பாட்டும் தொகையும் நூல்கள்); தனிப்பாடல்கள் (12-ஆம் நூற்றாண்டு); நீதி நூல்கள் (நல்வழி, மூதுரை, ஆத்திசூடி, கொன்றைவேந்தன்); சமய நூல்கள் (விநாயகர் அகவல், ஔவையின் ஞானக்குறள்); சிற்றிலக்கியம் (பந்தன் அந்தாதி) பாடிய ஔவையார்கள் என்று பகுப்பவரும் உள்ளனர்.

அகவற்பாக்கள் பாடிய சங்ககாலப் பாடல்கள் தொகுப்பிற்குரிய ஔவையார் குறித்தும், நீதிநூல்கள் தொகுப்பை இயற்றிய பிற்கால ஔவையார் குறித்தும் கருத்து முரண்கள் இருப்பதாக ஆய்வாளர்களிடம் கருத்துக் குழப்பமில்லை. மற்றவர் குறித்து அறுதியிட்டுக் கூறத் தயக்கம் நிலவுவதும் தெரிகிறது. சுருக்கமாக,ஔவையார் என்ற பெயரில் அறியப்படும் புலவரின் பாடல்களையும் காலத்தையும் தெரிந்து கொள்ள விழைவதே தனியொரு ஆய்வுக்குத் தகுதியானதாக அமைகிறது.

தமிழிலக்கிய வரலாற்றில் காலத்தால் முதலில் அறியப்படுபவர் சங்க கால ஔவையாரே. இவரும் இவர் காலத்தில் வாழ்ந்த கபிலர், திருவள்ளுவர் என யாவரும் உடன்பிறப்புகள் என்று

பிற்காலத்தில் புனையப்பட்ட கபிலர் அகவல் நூலில் காணப்பெறும் தொன்மக்கதையும் உண்டு. ஔவையார் என்ற புலவரின் பெயர் பலநூற்றாண்டுகளின் இடைவெளிகளில் காணப்பட்டாலும் அவர் ஒருவரே, அவர் அவ்வாறு பலநூறு ஆண்டுகள் வாழ அதியமான் கொடுத்த நெல்லிக்கனி காரணமென்றும் அவர் ஔவை ஒரு மூதாட்டி என்று அறியப்படுவதும் அதற்கு ஒரு காரணமாகவும் புரிந்து கொள்ளப்படுகிறது. மற்றொரு வகையில் சிவனிடமும் பிள்ளையாரிடமும் முருகனிடமும் உரையாடியவராகவும் திருமணத்தை விரும்பாத இவர் இளமைக்காலத்திலேயே முதுமையை இறைவனிடம் வேண்டி இறைவன் அருளால் முதுமை அடைந்தார் என்றும் இயற்கைக்கு ஒவ்வாத கருத்துகளும் இவர்மேல் ஏற்றப்பட்டுள்ளன. இவ்வாறு இவர் விரைவில் முதுமையடைந்தார் என்பதற்கு இக்காலத்தில் அறியப்படும் புரோஜெரியா *(PROGERIA)* என்ற மரபணு நோய்த் தாக்கத்தினால் என்று சொல்வது கூடப் பொருந்தாது என்று தோன்றுகிறது.

இவரை ஔவைப்பாட்டி என்று குறிப்பிடப்பட்டதே மூதாட்டியாக இவர் தவறாகப் புரிந்து கொள்ளப்பட்டு, பிற்காலத்தில் ஔவையை மூதாட்டி என அழைக்க முற்பட்டார்கள் என்று கருதுவதற்கும் வாய்ப்புள்ளது. சங்ககாலத்தில் பாட்டி என்ற சொல் குறிப்பிட்ட பொருள் குறித்து அறிந்துகொள்வது ஔவைப்பாட்டி யார் என அறிந்து கொள்ள உதவக்கூடும்.

சங்ககாலத்தில் 'பாட்டி' என்ற சொல்லின் பொருள்:

சங்கஇலக்கிய நூல்களிலும் தொல்காப்பியத்திலும் பாட்டி என்ற சொல் அக்காலத்தில் காட்டிய பொருள் என்ன என்ற ஒரு தேடலில், அச்சொல் பாடல்கள் பாடும் பாணமகள் ஒருவரைக் குறிக்கும் சொல்லாகவே காணப்படுகிறது.

பாணன் பாட்டி இளையர் விருந்தினர்
கூத்தர் விறலியர் அறிவர் கண்டோர்
யாத்த சிறப்பின் வாயில்கள் என்ப

(தொல்காப்பியம்: பொருளதிகாரம், கற்பியல் - 52)

என்ற தொல்காப்பிய வரிகளுக்குப் பாட்டி யென்பது பாடினி யென்றவாறு என்று உரைநூல் பொருள் பகர்கிறது. மனையறம் பேணும் தலைவன் தலைவியர் தம் வாழ்க்கையில்

கற்பு வாழ்க்கையில் தோழி முதற்கொண்டு கண்டோர் வரை பன்னிருவர் அவர்களது இல்வாழ்க்கை சிறக்க உதவுவர். அப்பபன்னிருவருள் பாணன் மற்றும் பாட்டி என்போரும் இடம் பெறுகின்றனர். தலைவனிடம் தலைவி கொண்ட ஊடல் தீர்க்க பாணன் உதவுவான். அவ்வாறே அவர்களது ஊடலைத் தீர்க்க பாடினியும் உதவுவாள். பண் பாடுபவனைப் பாணன் என்றழைப்பதும், பண் பாடுபவளைப் பாடினி என்றோ அல்லது பாட்டி என்றோ அழைப்பது சங்க கால வழக்கம்.

குறிப்பு: தொல்காப்பியம் மரபியல் விலங்குகளின் பெண்பாற் பெயர்களைக் குறிக்கும் பொழுதும் "மந்தியும் பாட்டியும் பிணையும் பிணவும் அந்தம் சான்ற பிடியொடு பெண்ணே" என்றும் குறிப்பிட்டு, பின்னர், பாட்டி என்பதை "பாட்டி என்ப பன்றியும் நாயும்" (தொல்காப்பியம்: பொருளதிகாரம்,மரபியல்) என்றும் விவரிக்கிறது. பன்றி நாய் ஆகியவற்றின் பெண்பாற் விலங்குகள் பாட்டி என்று அழைக்கப்படும் என்பது இங்குப் பொருந்தாது என்பதால் தவிர்த்துவிடுவோம்.

மேற்காட்டிய தொல்காப்பியம் தவிர்த்து, பாட்டி என்ற சொல் பாண்மகளைக் குறிக்கும் என்பதற்கான சங்ககால இலக்கியச் சான்றுகளை அகநானூறு, பரிபாடல், மதுரைக்காஞ்சி ஆகியவற்றிலும் காணலாம். பாட்டி (ஒருமை) என ஓரிடத்திலும், பாட்டியர் (பன்மை) என இருவிடங்களிலும் காணக் கிடைக்கின்றன. பாட்டி என்பது பாண்மகள், பாடும் பெண் என்ற பொருளையே காட்டும் வரிகள் இவை.

வேட்டம் மறந்து துஞ்சும் கொழுநர்க்கு பாட்டி
ஆம்பல் அகல் இலை அமலை வெம் சோறு

அகநானூறு: *196, 4-5;* பரணர், மருதத் திணை - தலைவி தலைவனிடம் சொன்னது.

வேட்டைக்குச் செல்வதை மறந்து உறங்கும் துணைவனுக்கு, அவனது துணைவியான பாட்டி (பாடினி) அகன்ற ஆம்பல் இலையில் சுடச்சுடச் சோறும் அத்துடன் பிரம்பின் இனிப்புடன் கூடிய புளிப்பினையுடைய திரண்ட பழத்தினையும் சேர்த்து உணவிட்டதை விவரிக்கின்றன பாடலின் இந்த வரிகள்.

வரையா வாயில் செறாஅது இருந்து,
பாணர் வருக! பாட்டியர் வருக!
யாணர்ப் புலவரொடு வயிரியர் வருக!

தேமொழி

மதுரைக் காஞ்சி: 748 - 750, மாங்குடி மருதனார்

பாண்டியன் நெடுஞ்செழியனின் அரண்மனையானது எவரும் உள்ளே நுழையத் தடை செய்யப்படாத வாயிலைக் கொண்டது. சினம் என்ற குணம் சிறிதும் இன்றி, அனைவருக்கும் அவன் கொடை வழங்கினான். பண்ணிசைத்துப் பாடும் பாணர்களே வருக, பாட்டியரே வருக, புதுப்புது பாடல்களைப் பாடும் புலவர்களும், இசைக்கருவி இசைப்பவர்களும் வருக வருக என்று அனைவரையும் வரவேற்றுப் பொருள் வழங்கினான் பாண்டியன்.

பூ மேம்பாடு உற்ற புனை சுரும்பின் சேம
மட நடை பாட்டியர் தப்பி தடை இறந்து
பரிபாடல்: 10/36-37, கரும்பிள்ளப் பூதனார்

சிறந்த பூவின் மேல் மொய்க்கவரும் வண்டினைப் போல, தன்னைக் காவல் காக்கும் தளர்நடை நடக்கும் பாட்டியரிடமிருந்து தப்பித்து, தடைகளை மீறிக் காதலரை எதிர்கொள்ளச் செல்லும் காதலி பற்றி கூறும் வரிகள் இவை.

பாணர்களில் ஆடவரைச் சென்னியர், வயிரியர், செயிரியர், மதங்கர், இன்னிசைகாரர், பாணரென்ப எனப் பிங்கல நிகண்டும், பாணர்களின் பெண்டிரைப் பாடினி, விறலி, பாட்டி, மதங்கி, பாடல் மகடூஉ பாண்மகள் எனத் திவாகரமும் குறிப்பிடுகின்றன என்று ச. பாலசுப்பிரமணியன் தனது பாண் மகளிர் என்ற கட்டுரையில் குறிப்பிடுகிறார். பாண் குலத்தின் பாடும் மகளிரை விறலி, பாடினி, பாடியர், பாடுமகள், ஆடல் மகள், கிணைமகள், பாட்டி, பாணிச்சி எனும் பெயர்களில் குறிப்பிட்டதைச் சங்க இலக்கியங்களில் இருந்து அறிய முடிகிறது.

வாள்நுதல் விறலியான பாடினி ஔவையார்:

மன்னன் அதியமானின் குடும்பத்துடன் நட்புடன் நெடுங்காலம் தொடர்பு கொண்டவர் சங்ககால ஔவையார். அதியமான் தனக்குப் பிறந்த மகனைப் பார்க்க போர்க்கோலம் பூண்ட தோற்றத்தில் வந்ததையும் பாடியவர், பிற்காலத்தில் அதியமானின் மகன் பொகுட்டெழினி இளைஞனாக வளர்ந்து அந்த இளைஞனின் காதலைப் பெற முடியாத மங்கையர் அவனுக்குப் பகையாவார்கள் என்ற பெருமிதத்துடன் அவன் வீரத்தையும், அந்த மகன் தனது தந்தைக்கு உதவும் பண்பு கொண்டு ஒரு

வண்டியின் சேமஅச்சுக்கு ஒப்பச் செயல்படுவதையும் புகழ்ந்து பாடியவர். போர்கள் பலவற்றில் வெற்றி பெற்றிருந்தும் சேரமான் பெருஞ்சேரல் இரும்பொறை என்ற சேர மன்னனுடன் நடந்த போரில் அதியமான் தோல்வியுற்று இறந்த பொழுது அவனுக்கு நடுகல் நாட்டப்பட்டு அதில் மயிற்பீலி சூட்டப்படும் காட்சி கண்டு துயரம் தாங்காமலும் கையறுநிலையில் பாடினார்.

அதியமானும் ஔவையும் கொண்டிருந்த நட்பு இலக்கியத்தில் தனிச்சிறப்பிடம் பெற்ற ஒரு நட்பு. தனக்குக் கிடைத்த, நீண்ட வாழ்வைத் தரும் என்று கருதப்பட்ட ஓர் அரிய நெல்லிக்கனியை அதியமான் ஔவைக்குக் கொடுத்து உண்ணச் செய்ய, உண்மை அறிந்ததும் மன்னனின் அன்பில் நெகிழ்ந்து பாடியவர் ஔவையார்.

மன்னுக, பெரும! நீயே தொன்னிலைப்
பெருமலை விடரகத்து அருமிசை கொண்ட
சிறியிலை நெல்லித் தீங்கனி குறியாது,
ஆதல் நின்னகத்து அடக்கிச்,
சாதல் நீங்க, எமக்கு ஈத்தனையே
  புறநானூறு: 91, பாடியவர்: ஔவையார்,
பாடப்பட்டோர்: அதியமான் நெடுமான் அஞ்சி.

அதியமான் நெடுமான் அஞ்சியே! பழைய பெரிய மலைப்பிளவின்கண் மிகுந்த உயரத்தில் சிறிய இலைகள் கொண்ட நெல்லிமரத்தில் காய்த்திருந்த அரிய இனிய சிறு நெல்லிக்கனியை உண்டால் நீண்ட ஆயுள் கிட்டும் என்ற அதன் சிறந்த பயனை என்னிடம் குறிப்பிடாது, உனக்குள்ளேயே மறைத்து வைத்து நான் நெடுநாள் வாழ விரும்பி எனக்கு அதனை மனமுவந்து அளித்து விட்டாயே! நீ வாழ்க மன்னவா, என்று பாராட்டிப் பாடுகிறார்.

ஔவை குறிக்கும் இதே நெல்லிக்கனி செய்தியை சிறுபாணாற்றுப்படையைப் பாடியவரான இடைக்கழி நாட்டு நல்லூர் நத்தத்தனாரும் கீழ்வருமாறு குறிப்பிடுகிறார்.

மால் வரைக்
கமழ் பூஞ்சாரல் கவினிய நெல்லி
அமிழ்துவிளை தீம்கனி ஔவைக்கு ஈந்த
உரவுச்சினம் கனலும் ஒளிதிகழ் நெடுவேல்
அரவக் கடல் தானை அதிகனும்
  சிறுபாணாற்றுப்படை: 99 - 103, இடைக்கழி

தேமொழி

நாட்டு நல்லூர் நத்தத்தனார்

போரில் அதியமான் நெடுமான் அஞ்சிப் பெற்ற விழுப்புண்களைக் கண்டு பெருமிதம் கொண்டவர் ஔவையார். அதியமானின் தூதுவராகவும் செயல்பட்டுள்ளார். விறலியரிடம் அவன் கொடைச்சிறப்புக்கூறி அவனிடம் சென்று பரிசில் பெற ஆற்றுப்படுத்தியுள்ளார். ஔவையின் பாடலுக்குரிய பரிசிலை உடனே அளிக்காது அதியமான் வேண்டுமென்றே காலம் தாழ்த்திய பொழுது அவனைச் சினந்தும் பாடியுள்ளார். ஔவையார் ஒரு பாண்மகளாக அறியப்பட்டாலும் அவர் பாடல்கள் புனையும் புலவராக மட்டுமல்லாமல் தமிழக அரசியலில் தாக்கம் கொடுக்கும் வகையில் செயலாற்றியுள்ளதைப் புறநானூற்றுப் பாடல்கள் காட்டுகின்றன. அவர் அதியமானின் தூதுவர் என்ற பொறுப்பை ஏற்றவராகத் தொண்டைமானிடமும் மற்ற மன்னர்களிடம் சென்று, அவர்களிடத்து அதியமானின் ஆற்றலையும் போர்த்திறனையும் அறிவுறுத்தி அதியமானுடன் அவர்கள் தொடுக்க முற்பட்ட போர்களைத் தடுக்க முயன்றதையும் புறநானூற்றுப் பாடல்கள் வழி அறிய முடிகிறது.

ஔவையார் தாம் ஒரு பாவலர் என்பதை அவரே பகரும் புறநானூற்றுப் பாடல்கள் வழி கிடைக்கும் சான்றுகளைப் பார்ப்போம்.

காவினெம் கலனே; சுருக்கினெம் கலப்பை;
மரங்கொல் தச்சன் கைவல் சிறாஅர்
மழுவுடைக் காட்டகத்து அற்றே
எத்திசைச் செலினும் அத்திசைச் சோறே

புறநானூறு: 206, பாடியவர்: ஔவையார், பாடப்பட்டோர்: அதியமான் நெடுமான் அஞ்சி.

ஒருமுறை ஔவையாரின் பாடலுக்குப் பரிசில் வழங்காமல் வேண்டுமென்றே வள்ளல்தன்மை கொண்ட அதியமான் காலம் நீட்டித்தான். அச்செய்கையால் மனம் நொந்திருந்த ஔவையார் இப்பொழுது தராவிட்டால் என்ன, அதியமான் நமக்கு அளிக்கவிருக்கும் பரிசில் யானையின் துதிக்கையில் இருக்கும் உணவு போன்றது. அது நிச்சயம் யானையின் வாய்க்குள் செல்வது போல நமக்கு நம் பரிசில் வந்தே தீரும் என்று தன்னை அமைதிப் படுத்திக்கொண்டார்(புறநானூறு: 101). இந்நிலையில் அதியமானைச் சந்திக்க அவனது அவைக்குச்

சென்ற ஔவையை வாயில் காவலன் வாயிலிலேயே தடுத்து நிறுத்த முற்பட்டான். இத்தகைய செய்கையால் வெகுண்டெழுந்த ஔவையார் வாயிலோயே! வாயிலோயே! என அவனை அழைத்து, நான் எனது யாழையும் மூட்டை முடிச்சுகளையும் தூக்கிக்கொண்டு புறப்படப்போகிறேன். கற்றறிந்தோருக்கு எங்குச் சென்றாலும் சோறு கிடைக்கும், நான் இனி அதியமானிடம் இருக்கப்போவதில்லை என்று சினந்து கூறுகிறார். இப்பாடலில் இவர் காவினெம் கலனே; சுருக்கினெம் கலப்பை என்று தனது யாழையும் அதற்குண்டான பையையும் சுமந்து வெளியேறுவேன் என்பதிலிருந்து அவர் யாழ் மீட்டிப் பாடும் பாண்மகள் என்பதும் புலனாகிறது.

சிறியகட் பெறினே, எமக்கீயும் மன்னே;
பெரியகட் பெறினே
யாம்பாடத் தான்மகிழ்ந்து உண்ணும் மன்னே;

புறநானூறு: **235**, பாடியவர்: ஔவையார், பாடப்பட்டோர்: அதியமான் நெடுமான் அஞ்சி.

இப்பாடல் காட்டுவது, அதியமான் இறந்த பிறகு துயரம் தாளது கையறு நிலையில் அதியமானின் கொடைத் தன்மையை நினைத்துப் புலம்பிப் பாடும் ஔவையின் கூற்று. சிறிதளவு கள் இருக்கும்பொழுது அதனை எமக்குத் தருவான். கள் பெருமளவு இருந்தால் தானும் கள் அருந்தி எமக்கும் கள் அருந்தக் கொடுத்து நாம் பாட அதைக் கேட்டு மகிழ்வானே என் அதியமான் என நினைவு கூர்கிறார் ஔவையார்.

இழை யணிப் பொலிந்த ஏந்துகோட்டு அல்குல்
மடவரல் உண்கண் வாள்நுதல் விறலி!
பொருநரும் உளரோ, நும் அகன்றலை நாட்டு? என,
வினவல் ஆனாப் பொருபடை வேந்தே!

புறநானூறு: **89**, பாடியவர்: ஔவையார், பாடப்பட்டோர்: அதியமான் நெடுமான் அஞ்சி.

பொருநரும் உளரோ, நும் அகன்றலை நாட்டு? என, வினவல் ஆனாப் பொருபடை வேந்தே! , அதாவது, எம்முடன் போர் செய்யும் ஆற்றல் உள்ளோர் இருக்கின்றனரா உமது அகன்ற நாட்டினிலே என்று என்னைப்பார்த்துக் கேட்கும் போர் செய்யும் படையை வைத்திருக்கும் வேந்தரே, எங்கள் அதியமான் நாட்டில் வெகுண்டெழுந்து போரிடும் வீரர்களும், காற்றின் ஒலி முரசின்

மீது தாக்கும்பொழுது அது போர்ப்பறையின் ஒலி என்று எண்ணிப் போர் செய்யத் துடித்தெழும் அரசன் அதியமானும் உள்ளான் என்று பெருமிதத்துடன் கூறுகிறார்.

இப்பாடலின் தொடக்கத்தில் பகையரசர் ஔவையை இழை யணிப் பொலிந்த ஏந்துகோட்டு அல்குல் மடவரல் உண்கண் வாள்நுதல் விறலி! என்றழைத்து வினவுவதாக ஔவையார் குறிப்பிடுகிறார். இந்த விவரிப்பு நமது மனதில் காலம் காலமாக ஔவை குறித்து கதைகேட்டு உருவாக்கிக் கொண்டுள்ள ஒரு மூதாட்டி உருவத்துடன் சற்றும் பொருந்தாதது. அழகிய நல்மணிகள் பதித்து உருவாக்கப்பட்ட அணிகலனை அணிந்து, இடையை ஓர் பக்கம் வளைத்து உயர்த்தி, கண்மை தீட்டிய விழிகளையும், அழகிய நெற்றியையும் கொண்டவளாக நடனமாடும் இளம்பெண்ணான விறலியே என்று ஔவையை அழைத்தாராம் அந்த எதிரி நாட்டு வேந்தர் என்கிறார் ஔவையார்.

முடிவுரை:

ஆக, பாட்டி என்னும் சொல் பாண்மகள் அல்லது பெண்பாற் விலங்கினத்தைக் குறிக்கும் சொல்லாகப் பழந்தமிழில் இருவேறு பொருள்களையும் முதுமையையும் உறவுமுறைப்பெயரையும் குறிக்கும் சொல்லாக தற்காலத்தமிழில் பயன்படுத்தப்பட்டு வந்துள்ளமையும் தெரிகிறது. இது காலப்போக்கில் மொழிப்பயன்பாட்டில் ஏற்பட்ட மாற்றமன்றி வேறில்லை. இதனாலேயே ஔவையைக் கிழவியாகச் சித்தரிக்கின்ற மரபு தோன்றியிருக்க வேண்டும் என்று ஔவை. சு. துரைசாமிப் பிள்ளையும், பேரா. ந.சுப்பிரமண்யமும் குறிப்பிட்டு உள்ளனர் என்று ஆய்வு: நீதி பாடிய ஔவையாரும் அறம்செய்தலும் கட்டுரையில் பா.சத்யா தேவி குறிப்பிடுவது இக்கருத்தை வலியுறுத்துகிறது. பாட்டி என்ற சங்ககாலச் சொல்லிற்கு அக்காலத்தில் வழங்கிய பொருள் பாண்மகள் என்பதை அறியாத காரணத்தினால் ஔவைப்பாட்டி என்றவுடன் அவரை மூதாட்டியாக்கி, பாட்டி என்ற உறவுமுறையையும் அவர்மீது ஏற்றியுள்ள நிலைக்குப் பாடினி ஔவை இலக்காகியுள்ளார் என்பது தெளிவு. காக்கைப்பாடினி நச்செள்ளையார் என்பது போல பாடினி ஔவையார் என்று குறிப்பிட்டிருந்தாலோ, குறமகள் இளவெயினி என்பது போல பாண்மகள் ஔவை என்று குறிப்பிட்டிருந்தாலோ ஔவைக்கு இலக்கிய உலகில் இந்த

நிலை ஏற்பட்டிருக்காது என்றே தோன்றுகிறது.

இடையில் சிறந்த அணிகலன்களுடனும் மைதீட்டிய அழகிய விழிகளுடனும், ஒளிபொருந்திய நெற்றியுடனும் ஒயிலாக நடனமாடும் தோரணையில் இடையை நெளித்து நின்ற இளம்பெண்ணாகப் புறநானூறு காட்டும் விறலி ஔவையின் உருவம் ஒருவிதம். இதற்கு முற்றிலும் மாறாக, ஔவை என்ற ஒரே பெயரில் காலம்தோறும் பல பெண்பாற் புலவர்கள் இருந்துள்ளார்கள் என்ற உண்மையைச் சற்றும் பொருட்படுத்தாது; விநாயகர் அகவல் பாடியவரும் சேரமான் பெருமாள் நாயனார் மற்றும் சுந்தரருடன் கயிலை செல்ல விரும்பிய எட்டாம் நூற்றாண்டு வாக்கில் வாழ்ந்ததாகக் கருதப்படும் சிவபக்தரான ஔவை என்ற புலவர் ஒருவருடன்; அவருக்கு முற்காலத்திலும், அவருக்குப் பிற்காலத்திலும் வாழ்ந்திருக்கக்கூடிய மற்றும் சில ஔவைகளுடன் ஔவையை இணைத்து, கபிலர் அகவல் கூறும் ஔவையின் பிறப்புக் கதையையும் சற்றே சரிவிகிதத்தில் கொஞ்சம் இணைத்து, திரைக்கதை ஒன்றை உருவாக்குவதற்கு வாசனின் ஜெமினி ஸ்டுடியோவில் ஒரு கதைக்குழுவே கதை கட்டப் பணியாற்றியுள்ளது என்பது எல்லையில்லா வியப்பைத் தருகிறது!!!

கன்னிப்பருவம் போதும் போதும், அன்னை உருவம் அருள்வாய் அருள்வாய் என்று இளவயது ஔவை குசலகுமாரியின் வடிவில் பிள்ளையார் முன் கதற ஒரு ஒளிப்பிழம்பை ஔவையின் மீது பிள்ளையார் பாய்ச்சிய உடனே,

அன்பினால் எனைத் தடுத்தாட்கொண்ட
அண்ணலே ஏ...ஏ... சரணம்...
அன்பினால் எனைத் தடுத்தாட்கொண்ட
அண்ணலே ஏ...ஏ... சரணம்... சரணம் ...

என்று பாடிய வண்ணம், பட்டையடித்துக் கொட்டையணிந்த கே.பி. சுந்தரம்பாள் என்றொரு மூதாட்டியாக ஔவைப்பாட்டி உருமாறித் தமிழ்த்தொண்டு செய்யப் புறப்பட்டுவிடுபவராக காட்டப்படும் ஔவையோ மற்றொரு விதம். மனதில் இவ்வாறு ஆழப் படிந்துவிட்ட மூதாட்டி ஔவையின் உருவத்திற்கும் சங்ககால ஔவைக்கும் எந்த ஒரு தொடர்பையும் காண இயலவில்லை.

நிலைமை இவ்வாறிருக்க இத்தகைய முறையில் முதுமையடைதல் இயற்கைக்கு மாறான ஒரு செயல் என்பதைச் சொல்லவும் தேவையில்லை. இது போன்ற பொய்க்கதைகளைப்

புனைவதும், புராணக்கதைகள் என்ற போர்வையில் பரப்புவதும் சமூகப் பொறுப்பற்ற ஒரு செயல் என்பதில் ஐயமுமில்லை. இக்காலத்தில் இது போன்ற வரலாற்றுப் பிழைகள் கொண்ட கதைகளை மக்கள் எதிர்க்கத் துணிந்திருப்பது வரவேற்கத் தக்கதொரு விழிப்புணர்வு என்றுதான் பாராட்ட வேண்டும்.

(I) சான்றாதாரங்கள்:

ஜம்பை: ஓர் ஆய்வு, செல்வராஜ், கா., தமிழ்நாடு அரசு தொல்லியல் துறை வெளியீடு *156*, தமிழ்நாடு அரசு தொல்லியல் துறை, *2005*

பாண் மகளிர், ச. பாலசுப்பிரமணியன்

http://www.muthukamalam.com/essay/literature/p137.html

நீதி பாடிய ஔவையாரும் அறம்செய்தலும், முனைவர். பா.சத்யா தேவி, விரிவுரையாளர், தமிழ்த்துறை, தியாகராசர் கல்லூரி

http://www.geotamil.com/pathivukalnew/index.php?option=com_content&view=article&id=4141:2017-09-12-22-23-01&catid=65:2014-11-23-05-26-56&Itemid=82

பழந்தமிழ் இலக்கியங்களில் பெண் நிகழ்த்துநர்கள், கோ.பழனி

http://keetru.com/index.php/2010-06-24-04-31-11/ungalnool-agam-jun18/35309-2018-06-14-05-39-54

(II)ஆய்வுக்கு உதவிய தளங்கள்:

1 தமிழ் இலக்கியத் தொடரடைவு, முனைவர்.ப.பாண்டியராஜா, *http://tamilconcordance.in*

2 தமிழ் இணையக் கல்விக்கழகம், *http://www.tamilvu.org/ta/* நூலகம் - நூல்கள்: தொல்காப்பியம்–பொருளதிகாரம், அகநானூறு, பரிபாடல், மதுரைக்காஞ்சி, புறநானூறு, சிறுபாணாற்றுப்படை.

- "சிறகு" - ஜூலை 2018

7

திருமந்திரத்தில் இடைச்செருகல் என்ற திருவிளையாடல்

சைவ சமய அருளாளர்கள் அருளிய பன்னிரு திருமுறைகளுள் பத்தாம் திருமுறையாகத் திகழ்வதும், தமிழ் மூவாயிரம் என்று குறிப்பிடப்படுவதும் திருமூலர் இயற்றிய திருமந்திரமாலை என்னும் திருமந்திரமாகும். திருமூலர் என்ற சிவயோகியார் அறுபத்து மூன்று நாயன்மார்களில் ஒருவரும், பதினெண் சித்தர்களுள் ஒருவரும் ஆவார் என்றும் கூறப்படுகிறது. இவரது வாழ்க்கை வரலாறு என்று வழக்கில் இருக்கும் கதை ஒரு தொன்மக் கதை, இயற்கையில் நிகழவியலாக் கூறுகளைக் கொண்டவற்றை அவர் வாழ்வில் நடந்ததாகக் கூறுகிறார்கள்.

கி.பி. 8ஆம் நூற்றாண்டினரான சுந்தரமூர்த்தி நாயனார் ஒவ்வொரு நாயனார் பெயரையும் குறிப்பிட்டு இவருக்கு நான் அடியேன் என்று கூறி வருகையில், நம்பிரான் திருமூலன் அடியார்க்கும் அடியேன் (- தி.7 ப.35 பா.5) என்று திருமூலர் குறித்தும், திருமூலரின் அடியாருக்கும் நான் அடியேன் என அவர் இயற்றிய திருத்தொண்டத்தொகை நூலில் குறிப்பிடுகிறார்.

இவரை அடியொட்டி, இவருக்குப் பின்னர் கி.பி. 10ஆம் நூற்றாண்டில் வாழ்ந்த நம்பியாண்டார் நம்பிகள் , தான் எழுதிய திருத்தொண்டர் திருவந்தாதி யில், சற்றே விரிவாக திருமூலர் குறித்து ஒரு சிறு வாழ்க்கை வரலாற்றுச் செய்யுளைப் பதிவு செய்கிறார்.

குடிமன்னு சாத்தனூர்க் கோக்குலம் மேய்ப்போன் குரம்பை புக்கு
முடி மன்னு கூனல் பிறையாளன் தன்னை முழுத்தமிழின்
படிமன்னு வேதத்தின் சொற்படியே பரவி விட்டு என் உச்சி
அடிமன்ன வைத்த பிரான் மூலன் ஆகின்ற அங்கணனே

(திருத்தொண்டர் திருவந்தாதி பாடல் — தி.11 ப.33 பா.36)

சிவயோகியார் ஒருவர், சாத்தனூரைச் சேர்ந்த மூலன் என்னும் திருமூலன் என்ற ஆநிரை மேய்க்கும் ஓர் இடையர் உடலில் புகுந்து குடிகொண்டு சிவபெருமானின் ஆணையை ஏற்று வேதத்தில் சொன்னவாறே சிவபெருமான் பெருமையினை முழுத்தமிழில் பாடினார் என்பதை இச்செய்யுள் சுருக்கமாகக் குறிப்பிடுகிறது. வேதத்தில் சிவன் பற்றிய குறிப்பு கிடையாது. வேதத்தில் இல்லாததை இருக்கிறது என்று கூறும் வழக்கமும் அப்பொழுதே உருவானதன் காரணமும் ஆய்ந்து நோக்க வேண்டிய ஒன்றே. ஒன்று அவ்வாறு எழுதியவர் வேதம் படிக்கவில்லை, படிக்கும் வாய்ப்பு அவருக்குக் கொடுக்கப்படவில்லை, அல்லது கற்று உண்மை தெரிந்தவரும் இது தவறான கருத்து என்று அறிந்தும் அறம் தவறி மக்களின் கவனத்திற்குச் சுட்டிக்காட்டாத மனநிலையில் இருந்திருக்கிறார்கள்.

பாம்பு கடித்து இறந்து போன மாடு மேய்க்கும் இடையன் ஒருவரின் மாடுகள் அவர் இறந்த துயர் தாங்காது கண்ணீர் விட்ட பொழுது, தனது உயிரை இறந்த இடையனின் உடலில் செலுத்தி இடையனாக உயிர்த்தெழுந்து மாடுகளின் துயர் நீக்கியவர் என்ற நம்ப இயலா புனைவிற்கு முன், வேதத்தில் சிவனைப் பற்றிய குறிப்பு என்பது ஒரு பெரிய கருத்துப் பிழையாகவே தோன்றவில்லை.

நம்பியாண்டார் நம்பிகளுக்குப் பின்னர் வாழ்ந்த கி.பி. 12ஆம் நூற்றாண்டினரான சேக்கிழார் அவர் இயற்றிய திருத்தொண்டர் புராணம் என்ற பெரியபுராணம் நூலில் திருமூலரின் வாழ்க்கை வரலாற்றை இருபத்தெட்டுப் பாடல்களில் மேலும் விரிவாகக் கூறுகிறார். திருமூலர் திருக்கயிலை மலையில் வாழ்ந்த ஒரு சிவயோகியார், நந்தி தேவரின் மாணவர், அகத்திய முனிவருக்கு நண்பர். இவர் பொதிகையில் வாழும் அகத்தியரைச் சந்திக்கச் செல்கையில் வழியில் தில்லை திருச்சிற்றம்பலத்தில் சிவனை வழிபட்டுவிட்டுப் பொதிகை மலை நோக்கிச் செல்கிறார். வழியில் திருவாவடுதுறையில் தங்குகிறார். திருவாவடுதுறை அருகே சாத்தனூரில் ஓர் இறந்து போன இடையனின் உடலையும் அவன் உடல் அருகில் கதறும் மாடுகளையும் கண்டு, அந்த ஆநிரைகளுக்காக இரக்கப்பட்டு தனது உயிரை இடையனின் உடலில் பாய்ச்சி,

இடையனாக உயிர் பெற்று எழுந்து மாடுகளின் துன்பத்தை நீக்குகிறார். பின்னர் மாடுகளை ஓட்டிச் சென்று உரியவரிடம் ஒப்படைக்கிறார். இடையனின் மனைவி தனது கணவன் என்று அவரை அணுகும் பொழுது தனக்கும் அவளுக்கும் எந்த உறவும் கிடையாது என்று விலகிச் சென்று ஓர் அரசமரத்தடியில் அமர்ந்து தவம் செய்கிறார். பிறகு மீண்டும் தனது உடலைத் தேடி வருகையில் சாத்தனூரில் அது கிடைக்காமல் இடையன் உடலிலேயே தங்குகிறார். சாத்தனூர் என்பது திருவாவடுதுறைக்குத் தெற்கே சுமார் 3 கி. மீ தொலைவில் இன்றும் உள்ள ஓர் ஊர்.

திருவாவடுதுறைக்கு மீண்டும் திரும்பிச் சென்று அங்கு ஓர் அரசமரத்தடியில் அமர்ந்து தவம் செய்கிறார். அவ்வாறு 3000 ஆண்டுகள் வாழ்ந்து ஆண்டுக்கு ஒன்றாக 3000 பாடல்களை திருமந்திர மாலை என்ற பெயரில் அருளினார். சேக்கிழார் கூறும் இந்த வரலாற்றுச் செய்திகள் பலவற்றுக்குத் திருமந்திரத்தில் திருமூலர் தம் வரலாறாகக் கூறும் முறையில் செய்தருளிய திருமந்திரப் பாடல்கள் அகச்சான்றுகளாக அமைந்துள்ளன. நந்திதேவர், சனகர், சனந்தனர், சனாதனர், சனற் குமாரர் என்னும் நந்திகள் நால்வர், சிவயோகமாமுனி, பதஞ்சலி மற்றும் வியாக்கிர பாத முனிவர் போன்ற செய்திகள் யாவும் திருமூலரின் திருமந்திரம் பாடல்களில் (-தி.10 பா.6) இருந்து பெறப்பட்டவையே என்கிறார் ஆய்வாளர் க. வெள்ளைவாரணனார். திருமந்திரம் வரிகளைப் பொருள் கொண்டவிதம் புராணக் கதைகளுக்கு வழிவகுத்தது எனலாம்.

பின்னை நின்றென்னே பிறவி பெறுவது
முன்னை நன்றாக முயல்தவஞ் செய்திலர்
என்னை நன்றாக இறைவன் படைத்தனன்
தன்னை நன்றாகத் தமிழ்ச் செய்யுமாறே. (தி.10பா.20)

என்ற வரிகளின் வழியாக மூலன் என்ற இடையர் உடலில் புகுந்து சிவயோகியார் வேறு பிறவியாக மீண்டெழுந்தது சிவனின் சிவாகமப் பொருளைத் தமிழில், தமிழ் வேதமாக திருமந்திரத்தைப் படைக்க இறைவன் பணித்ததாகப் பொருள் கொள்ளப்படுவதின் மூலம் இது புலனாகிறது.

இருந்தேன் இக்காயத்தே எண்ணிலி கோடி (தி.10 பா.19);

ஊனமில் ஒன்பது கோடி யுகந்தனுள் ஞானப்பா லாட்டி நாதனை அர்ச்சித்து நானு மிருந்தேன்நற் போதியின் கீழே (தி.10

பா.21);

ஒப்பில் எழுகோடி யுகமிருந் தேனே (தி.10 பா.13)

என்று மிகைப்படுத்தப்பட்டுப் பாடப்பட்ட வரிகளும் அவர் பல ஆயிரம் ஆண்டுகள் வாழ்ந்தார் என்று பொருள் கொள்ளப்படுவதிலிருந்தும் புராணம் உருவாக்கப்பட்ட விதமும் தெரிகிறது. எண்ணிலி கோடி, ஒன்பது கோடி, ஏழுகோடி என்று ஆண்டுக் கணக்கு ஒவ்வொரு பாடலுக்கும் மாறிக்கொண்டே இருப்பதற்கு, அந்த முரணான கருத்திற்கு எவரும் முக்கியத்துவம் கொடுத்ததாகவும் தெரியவில்லை.

கயிலாயத் தொருசித்தர் பொதியின் சேர்வார்
காவிரிசூழ் சாத்தனூர் கருதுமூலன்
பயிலாதோ யுடன்வீயத் துயரநீடும்
பசுக்களைக்கண் டவனுடலிற் பாய்ந்து போத
அயலாகப் பண்படையுடல் அருளால் மேவி
ஆவடுதண் துறையாண்டுக் கொருபாவாகக்
குயிலாரும் அரசடியில் இருந்து கூறிக்
கோதிலா வடகயிலை குற்கினாரே

என்ற திருத்தொண்டர் புராண சாரம் பாடல் திருமூலர் புராணக் கதையின் சுருக்கத்தை ஒரே பாடலில் கொடுக்கிறது.

திருமூலரின் காலம்:

மூவரின் தேவாரப் பாடல்களில் திருமூலரின் செல்வாக்குக் காணப்படுவதால் இவர் அவர்களுக்கு முந்தியவர் என்று ஆய்வாளர்கள் கருதுகிறார்கள். கி.பி. ஐந்தாம் நூற்றாண்டில் வாழ்ந்த பல்லவ அரசன் சிம்மவர்மன் தில்லைத் திருக்கோயிலில் உள்ள சிற்றம்பலத்திற்குப் பொன் வேய்ந்தான் என்பர் வரலாற்று ஆராய்ச்சியாளர்கள். அதன் பிறகு அது பொன்னம்பலம் என்று அழைக்கப் படலாயிற்று. திருமூலரின் பாடலில் பொன்னம்பலம் குறிப்பு உள்ளதால் (ஆமே பொன்னம்பலம் அற்புதம் ஆனந்தம் — பாடல் 867) திருமூலர் கி.பி. ஐந்தாம் நூற்றாண்டின் இறுதியிலோ அல்லது ஆறாம் நூற்றாண்டின் முற்பகுதியிலோ வாழ்ந்தவர் என்று ஆய்வாளர்கள் கணிக்கிறார்கள். உயிர் கூடுவிட்டு கூடு பாய்வது, 3000 ஆண்டுகள் மனிதர் ஒருவர் உயிர் வாழ்வது போன்ற இயற்கைக்கு மாறான புனைவுகளைப் புறந்தள்ளினால் கிபி ஐந்தாம் நூற்றாண்டில் சோழமண்டலத்துச் சாத்தனூரில் வாழ்ந்த திருமூலர் என்னும் மாடு மேய்க்கும் சைவப்புலவர் 3000 பாடல்களைக்

கொண்ட திருமந்திர மாலை என்ற நூலை எழுதினார் என்று முடிவு கட்டலாம்.

சங்க காலப் புலவர்களில் கணியன் பூங்குன்றனார், வெண்ணிக் குயத்தியார், குறமகள் இளவெயினி, மருத்துவர் தாமோதரனார் என்று பல்வேறு பின்புலம் கொண்டவரும் பாடல் எழுதும் புலவராகவும் கல்வியறிவு பெற்ற சான்றோராகவும் இருந்தனர் என்று ஏற்றுக் கொள்ளப்பட்டிருந்த பழந்தமிழரின் போற்றத்தக்கப் பரந்த மனப்பான்மை, சாதிக் கட்டமைப்புக்குள் சிக்கிக் கொண்ட இடைக்காலத் தமிழரிடம் இல்லாமல் போனது. இடையர் ஒருவரால் பாடல் எழுத முடியும் என்பதை ஏற்கும் மனப்பான்மை இல்லாத காரணமே கயிலை மலையில் வாழ்ந்த சிவயோகியார் தென்திசை வந்து சாத்தனூர் வாழ்ந்த மாடுமேய்ப்பவர் உடலில் தன் உயிரைப் புகுத்தினார், பாடல்கள் எழுதினார் என்ற கற்பிதங்கள் கொடுக்கப்பட்ட நிலையை உருவாக்கியது. ஔவையார் வள்ளுவர் கபிலர் போன்ற புலவர்கள் யாவரும் உடன் பிறப்புகள், இவர்கள் பெற்றோரில் ஒருவர் பார்ப்பனர் ஒருவர் புலையர் என்ற கற்பிதங்களுடன் கூறப்படும் பல கதைகளுடன் இக்கதையையும் ஒப்பு நோக்கலாம். இடைக்காலச் சோழர்கள் காலம் சாதிக் கட்டமைப்பில் ஊறித் திளைத்த உச்ச நிலையை அடைந்து, வலங்கை இடங்கை பிரிவினர்கள் என்று அணி பிரித்துக் கொண்டு தங்களுக்குள் பெரிய சச்சரவுகளில் ஈடுபட்டிருந்த காலம். ஆகவே இது போன்ற சாதிக் கற்பனைகள் இயல்பே.

திருமூலர் இயற்றிய திருமந்திரம் (திருமந்திரம் - திருமுறை 10):

திருமந்திரம் தமிழ் ஆகம நூல் என்று அழைக்கப்படுகிறது. சைவத்திருமுறையாகத் தொகுக்கப்பட்டுள்ள பன்னிரண்டினுள் பத்தாவது திருமுறையாக திருமூலரின் திருமந்திரம் இடம்பெறுகிறது. தந்திரம் என்று அறியப்படும் ஒன்பது உட்பிரிவுகளைக் கொண்டது திருமூலரின் திருமந்திரம். ஒவ்வொரு தந்திரமும் 232 அதிகாரங்களைக் கொண்டவை. 1237 பதிகங்கள், 3000 பாடல்கள் கொண்டது திருமூலரின் திருமந்திரம் என்று கூறப்படுகிறது.

இப்பொழுது இதில் காப்புச் செய்யுளோடு சேர்த்து 3048 பாடல்கள் உள்ளன. மற்றும் சிலர் 3100 செய்யுட்கள் என்றும் கணக்கிடுகின்றனர். இருந்தாலும், முன்னிய அப்பொருண்மாலைத் தமிழ் மூவாயிரஞ்சாத்தி என்ற சேக்கிழார் கூற்றாலும், மூலன்

உரை செய்த மூவாயிரம் தமிழ் என்பது வழக்கு என்பதாலும் 3000 செய்யுட்களே மூலப்பாடம் மற்றவை பிற்சேர்க்கை என்பது அறியக்கூடியது. பாடல் எண்ணிக்கை 3000 என்பதற்கும் மேல் சென்ற காரணம் சில பாடல்கள் மீண்டும் மற்றொரு பகுதியில் கொடுக்கப்பட்டதும் சொல் பிரித்து எழுதுகையில் வேறு பாடலாகக் கணக்கிடப்பட்டதாலும் என்ற கருத்தும் உண்டு.

ஐந்து கரத்தனை யானை முகத்தனை
இந்தி னிளம்பிறை போலும் எயிற்றனை
நந்தி மகன்றனை ஞானக் கொழுந்தினைப்
புந்தியில் வைத்தடி போற்றுகின் றேனே.

என்று காணப்படும் நூலின் முதல் பாடலே பின்னர் நுழைக்கப்பட்டது, திருமூலர் தமது நூலை ஏனவெயிறணிந்தாரை ஒன்றவன்றான் எனத் தொடங்கினார் என்பது தான் சேக்கிழார் கூறுவது. ஆகவே கடவுள் வணக்கமாக இப்பாடல் பிற்கால இணைப்பானது என்பதையும் அறியலாகும்.

அடுத்துவரும் பாடலான,

ஒன்றவன் றானே இரண்டவன் இன்னருள்
நின்றனன் மூன்றினுள் நான்குணர்ந் தான்ஐந்து
வென்றனன் ஆறு விரிந்தனன் ஏழும்பர்ச்
சென்றனன் தான்இருந் தான்உணர்ந் தெட்டே (தி.10 பாயி. பா.2)

என்பதே சேக்கிழார் கூற்றுப்படி நூலில் இருந்த முதல் பாடல் என உறுதிப்பட எவராலும் கூற இயலும்.

அத்துடன் திருமந்திரம் பாயிரப்பகுதியிலுள்ள 112 பாடல்களில் 67 பாடல்களே திருமூலர் வாக்கென்றும் ஏனைய 45 பாடல்களும் இடைச்செருகல் என்றும் கருத்தும் உள்ளது. அவ்வாறே பாயிரத்திறுதியில் திருமந்திரப் பாடல் தொகையினையும் பொருட் சிறப்பினையும் கூறும் 99, 100ஆம் பாடல்களும் குரு வரலாறு கூறும் 101, 102 ஆம் பாடல்களும் பிற்காலச் சேர்க்கையாகும் என்றும் அறியப்பட்டுள்ளது (சைவ சித்தாந்த சாத்திர வரலாறு).

திருமந்திர நூலின் பெரும் பகுதி சைவ சமயத் தத்துவங்களான சைவசித்தாந்தம் குறித்து விளக்குவது. ஆணவம், கன்மம், மாயை என்ற மூன்று மலங்களை விலக்கி உயிர் இறைவனை அடைய வழிகாட்டுவது.

1. அன்பு சிவம் இரண்டு என்பர் அறிவிலார் - ஆகவே அன்பே

சிவம் என்ற கருத்தையும்,

2. நடமாடக் கோயில் நம்பர்க்கு ஒன்று ஈயில் படமாடக் கோயில் பகவற்கு அது ஆமே - ஆகவே பசித்தவருக்கு ஒன்று ஈந்தால் அது இறைவனுக்குச் சென்று சேரும் என்பதையும்

3. உடம்பை வளர்த்தேன் உயிர் வளர்த்தேன் என்று சிவஞானம் பெற்றுப் பிறவியை நீக்குவதற்கு உடம்பைப் பேணுவது இன்றியமையாதது என்றும்

4. ஒன்றே குலம் ஒருவனே கடவுள் என்றும்

5. யாம் பெற்ற இன்பம் பெறுக இவ்வையகம் என்றும்

6. உள்ளம் பெரும் கோயில் ஊன் உடம்பு ஆலயம் என்றும்

இவர் கூறிய புகழ் பெற்ற கருத்துகள் இன்றும் பலரால் எடுத்தாளப்படும் கருத்துக்களாக உள்ளன.

அறிவியல் அறிவு வழியை அடிப்படையாகக் கொண்டு அமைந்தவை உலகாயதத் தத்துவங்கள். உலகாயதக் கோட்பாட்டின் பகுத்தறிவு அடிப்படையில் நடமாடக் கோயில் நம்பர்க்கு ஒன்று ஈயில் படமாடக் கோயில் பகவற்கு அது ஆமே போன்ற கருத்துகள் பாடலில் இருப்பதால் திருமந்திரத்திலுள்ள பதி, பசு, பாசம் மும்மலங்கள் போன்ற சைவ சமயக் கோட்பாடுகள் இடைச் செருகல்களாக இருக்கக்கூடும் என்ற கருத்தும் உண்டு. மாறாக உலகாயதக் கோட்பாட்டுக் கருத்துகளும் பின்னர் இடம் பெற்றிருக்கக் கூடும் என்பதற்கும் வாய்ப்பு உண்டு.

சித்தர் இலக்கியப் பாடல்களில் பெரும்பான்மையும் 15 ஆம் நூற்றாண்டும் அதற்குப் பிறகும் என்பதால் உலகாயத மெய்யியல் கோட்பாடுகள் அடிப்படையில் சித்தர் இலக்கியங்கள் போன்ற கருத்து கொண்ட பாடல்களும் பிற்காலப் பாடல்களாக இருக்க வாய்ப்புண்டு என்பதையும் மறுக்க இயலாது. ஆகவே இடைச்செருகல் செய்யப்பட்ட பாடல்கள் எவை என்றும் ஆராய முற்படுகையில் சேக்கிழார் திருமூலர் குறித்துக் குறிப்பிட்ட கருத்துகளோ வரிகளோ திருமந்திரத்தில் இருப்பின் அவற்றைத் தவிர்த்து மற்றப் பாடல்களை ஆய்வுக்கு உட்படுத்துவதே முறையாகும்.

திருமூலர் எழுதிய திருமந்திரம் கலிவிருத்தம் என்னும் யாப்பினால் ஆன நூல். ஆனால் கலிவிருத்த யாப்பில்

தோன்றிய பிற்கால நூல்கள் பலவற்றிற்குத் திருமூலர் பெயரைச் சேர்த்துவிட்டனர் என்றும், இந்தத் திருமூலர் என்பவர் பிற்காலத்தவர், மற்றொருவர் என்றும் கூறப்படுகிறது. அத்துடன் திருமூலர் பெயரில் 12-க்கும் மேற்பட்ட நூல்கள் வெளிவந்துள்ளன. அவை 16 ஆம் நூற்றாண்டில் தோன்றிய வைத்தியம், யோகம், ஞானம் முதலான பொருள்கள் பற்றியவை. இவற்றை எழுதியவர் திருமூலர் அல்ல திருமூல சித்தர் என்று கூறப்பட்டு மு. அருணாசலம் எழுதிய தமிழ் இலக்கிய வரலாறு நூலும் என்று மேற்கோளாகக் கொடுக்கப்படுகிறது.

அண்ணல் அருளால் அருளுஞ் சிவாகமம் எண்ணில் இருபத்தெண் கோடி நூறாயிரம் என்ற திருமூலரின் வரிகளால் அவர் எழுதியது பல கோடி பாடல்கள் என்பதும் ஆனால் நமக்குக் கிடைத்தது மூன்றாயிரம் பாடல்கள் மட்டுமே என்று கருதுவோரும் உள்ளனர். ஆனால் அவர் கூற்றைத் தப்பிலா மன்றில் தனிக்கூத்துக் கண்டபின் ஒப்பில் ஏழுகோடி யுகம் இருந்தேனே என்று அவர் தம் வாழ்வு திரித்துக் கூறல் போல ஒரு மிகைப்படுத்தப்பட்ட சொல்லாட்சி என்று கருதுதலே தகும். இது சைவத்தின் முதல் நூல் என்றால் ஏன் பத்தாம் திருமுறையாகத் தொகுக்கப்பட்டுள்ளது என்ற கேள்வியும் ஆய்வாளர்கள் இடையே உள்ளது.

பல்லவ மன்னன் இரண்டாம் நரசிம்மவர்மன் (கிபி 700 - 728), எழுப்பிய காஞ்சி கைலாசநாதர் கோயிலில் அவர் பொறித்துள்ள வடமொழிக் கல்வெட்டில், சைவ சித்தாந்தத்தைப் பின்பற்றியவராக தன்னைக் குறிப்பிட்டுக் கொள்கிறார். சித்தாந்தம் என்ற சொற்றொடரை முதன் முதல் வழங்கியவர் திருமூலர். வேத ஆகமங்களின் முடிந்த முடிபாகிய சைவசமயத் தத்துவம் என்பது சித்தாந்தம் என்பதன் பொருள். வடசொற்களும் சொற்றொடர்களும் திருமந்திரப் பாடலில் மிகுதி. அவையும் இடைச்செருகல்கள் உண்டு என்று கருத வைக்கிறது. இந்நூலுக்குப் பழைய உரைகள் எவையும் இல்லை, உரைகள் யாவும் 20 ஆம் நூற்றாண்டில் எழுதப்பட்டவையே.

எது எப்படியாயினும் திருமந்திரம் பல இடைச்செருகல்களை உள்ளடக்கியது என்று திருமுறை ஆராய்ச்சிக் கலைஞர் என்று அறியப்படும் அண்ணாமலைப் பல்கலைக்கழகப் பேராசிரியராக இருந்த வித்துவான் க. வெள்ளைவாரணனார் அவர்கள் எழுதிய சைவ சித்தாந்த சாத்திர வரலாறு நூலே சுட்டிக் காட்டுகிறது.

மூலன் உரை செய்த மூவாயிரம் தமிழ் என்ற திருமூலரின் திருமந்திர நூலில் இன்று 3000க்கும் அதிகமான பாடல்கள் உள்ளன. இதனால், பிற்கால இடைச்செருகல் பாடல்களால் எண்ணிக்கை அதிகமானது என்பது எவராலும் புரிந்து கொள்ள இயலும். இக்கட்டுரை அத்தகைய இடைச்செருகல்களில் நான்கு பாடல்களை அடையாளம் காட்டுகிறது. இதற்கு உதவிய சொல் சிதம்பரம்.

இந்த ஆய்வுக்கு உதவி செய்தது மேனாள் மதுரை அமெரிக்கன் கல்லூரிப் பேராசிரியர் முனைவர்.ப.பாண்டியராஜா அவர்கள் உருவாக்கி அளித்துள்ளதும், இலக்கிய ஆய்வுக்கு உதவும் வகையில் இணையத்தில் வலையேற்றப்பட்டுள்ளதுமான தமிழ் இலக்கியத் தொடரடைவு (Concordance for Tamil Literature - http://tamilconcordance.in/index.html) இணையத்தளம். இத்தளத்தின் உதவியுடன் தமிழிலக்கியங்களில் சிதம்பரம் என்ற சொல் இடம் பெற்றுள்ள நிலை குறித்து ஆய்வு செய்யப்பட்டது. தமிழின் முதல் நூலான தொல்காப்பியம் முதற்கொண்டு பழந்தமிழ் நூல்களான பாட்டும் தொகையும் என அறியப்படும் சங்ககால இலக்கியங்கள், ஐம்பெருங்காப்பியங்கள், பக்தி இலக்கியங்கள் எனப் பல இலக்கியங்களின் தொடரடைவுகளும் இவ்வாறு கிடைப்பது இது போன்ற சொல்லாய்வுகளுக்கு உதவிகரமாக அமைந்துள்ளது. ஆய்வு முடிவுகள் பின்வருமாறு:

- தொல்காப்பியம் - இந்நூலில் சிதம்பரம் என்ற சொல் இல்லை

- சங்க இலக்கியம் (பத்துப்பாட்டு + எட்டுத்தொகை) - இவற்றில் சிதம்பரம் என்ற சொல் இல்லை

- பதினெண்கீழ்க்கணக்கு (திருக்குறள் உட்பட அனைத்து 18 நூல்கள்) இவற்றில் சிதம்பரம் என்ற சொல் இல்லை

- ஐம்பெருங்காப்பியங்கள் (சிலப்பதிகாரம், மணிமேகலை, சீவக சிந்தாமணி, வளையாபதி, குண்டலகேசி ஆகிய நூல்கள்) இவற்றில் சிதம்பரம் என்ற சொல் இல்லை

- முத்தொள்ளாயிரம் - இதில் சிதம்பரம் என்ற சொல் இல்லை

- இறையனார் அகப்பொருள் - இதில் சிதம்பரம் என்ற சொல் இல்லை

- கம்பராமாயணம் - இதில் சிதம்பரம் என்ற சொல் இல்லை

- நளவெண்பா - இதில் சிதம்பரம் என்ற சொல் இல்லை

- பெருங்கதை - இதில் சிதம்பரம் என்ற சொல் இல்லை

- கலிங்கத்துப்பரணி - இதில் சிதம்பரம் என்ற சொல் இல்லை

- வில்லி பாரதம் - இதில் சிதம்பரம் என்ற சொல் இல்லை

- நாலாயிரத் திவ்விய பிரபந்தம் - இதில் சிதம்பரம் என்ற சொல் இல்லை

- தேம்பாவணி - இதில் சிதம்பரம் என்ற சொல் இல்லை

- சீறாப்புராணம் - இதில் சிதம்பரம் என்ற சொல் இல்லை

மேற்காட்டிய இலக்கியங்கள் காலத்தால் முற்பட்டது முதல் பிற்பட்டது வரை சமணம், பௌத்தம், வைணவம், கிறிஸ்துவம், இஸ்லாம் எனப் பல சமய இலக்கியங்களையும், இலக்கண நூலையும் உள்ளடக்கியது. இவை எவற்றிலுமே சிதம்பரம் என்ற சொல் கிடைக்கப் பெறவில்லை.

சிதம்பரம் என்பது சைவ சமயத் திருத்தலம். கோயில் என்றாலே சைவ சமயத்தார் குறிப்பிடுவது சிதம்பரம் நடராஜர் கோயிலைத்தான். சிதம்பரம் என்பது கோயிலின் பெயராக இருந்து, காலப்போக்கில் இன்று அப்பெயர் இன்று அந்த நகருக்கே பெயராக மாறியுள்ளது. சிதம்பரம் கோயிலுக்கு வரலாற்றில் மிக முக்கியமான இடம் உண்டு. இடைக்காலச் சோழர்களின் குலதெய்வமாகப் போற்றப்பட்டவர் சிதம்பரம் நடராஜர். ஆனால் சிதம்பரமோ நடராஜரோ தமிழ்ச் சொற்கள் அல்ல. அவை பிற்காலத்துச் சொற்கள்.

பல்லவர், சோழர், பிற்காலப் பல்லவர், பாண்டியர், நாயக்கர் காலங்களில் படிப்படியான முறையில் வளர்ச்சி அடைந்த ஊர் சிதம்பரம் என்பதற்குத் தொல்லியல் கல்வெட்டுச் சான்றுகளாக 237 கல்வெட்டுகள் சிதம்பரம் கோயிலில் கிடைக்கின்றன. இவற்றில் பதிவாகியுள்ள கோயில் நிர்வாகம், அதிகாரிகள், கணக்கர்கள், நிலம், செல்வம் போன்ற தகவல்கள் மூலம் கோயில் மற்றும் ஊரின் வளர்ச்சியை அறிய முடிகிறது. இக்கல்வெட்டுகளில் மூன்றில் ஒரு பங்கு சோழர் காலற்றவை, மற்றுமொரு மூன்றில் ஒரு பங்கு பாண்டியர்களின் கல்வெட்டுகள், பிறிதும் ஒரு மூன்றில் ஒரு பங்கு பல்லவர், நாயக்கர், மற்றும் பிற துண்டு கல்வெட்டுகள். கல்வெட்டுகள் தரும் செய்திகள் மூலம்

ஊர் உருவாக்கத்திலும் கோயில் திருப்பணிகளிலும் சோழர்களின் பங்களிப்பே பெரும்பான்மை இருந்துள்ளதைக் காட்டுகிறது. ஆனால் இந்த 237 கல்வெட்டுகளில் எவற்றிலுமே சிதம்பரம் என்ற சொல் இல்லை, கோயிலுக்கு பெரும் திருப்பணிகள் செய்த பிற்கால நாயக்கர் காலத்துக் கல்வெட்டுகள் உட்பட (சிதம்பரத்தின் புவிசார் அமைப்பும் ஊர் உருவாக்கமும், முனைவர் ஜெ ஆர் சிவராமகிருஷ்ணன்) கல்வெட்டுகள் எவற்றிலுமே சிதம்பரம் என்ற சொல் இல்லை.

இவ்வூர் தில்லை என்று இலக்கியங்களிலும் பெரும்பற்றப் புலியூர் என்று கல்வெட்டுகளிலும் காணப்படுகிறது. அவ்வாறே சிவன், கூத்தன், ஆடவல்லான், அம்பலத்தான், ஈசன் என்றெல்லாம் அழைக்கப்பட்டவர் நடராஜராக மாறியதும் பிற்காலம். ஆகையால் சிதம்பரம் என்ற சொல் சைவ சமய இலக்கியங்களில் இடம் பெறும் வகையை அறியச் சைவத் திருமுறைகளிலும் சிதம்பரம் என்ற சொல் தேடப்பட்டது. கி. பி. ஏழாம் நூற்றாண்டு மூவர் தேவாரத்தில் துவங்கி, கி. பி. 12 ஆம் நூற்றாண்டு சேக்கிழாரின் திருத்தொண்டர் புராணம் வரை எந்த ஒரு சைவத் திருமுறை இலக்கியங்களிலும் சிதம்பரம் என்ற சொல் இல்லை. சிதம்பரம் என்ற சொல் கி.பி. 15ம் நூற்றாண்டு முதல் வழக்கத்திற்கு வருகிறது, அது எவ்வாறு தில்லை, பெரும்பற்றப் புலியூர் என்ற பெயர்களை மாற்றிவிட்டது என்பதையே உண்மையில் "சிதம்பர ரகசியம்" என நாம் கருதலாம்.

சைவத் திருமுறைகள்:

- திருஞானசம்பந்தர் (கி.பி. ஏழாம் நூற்றாண்டு) இயற்றிய தேவாரம் (திருமுறை 1,2,3) - இதில் சிதம்பரம் என்ற சொல் இல்லை

- திருநாவுக்கரசர் (கி.பி. ஏழாம் நூற்றாண்டு) இயற்றிய தேவாரம் (திருமுறை 4,5,6) - இதில் சிதம்பரம் என்ற சொல் இல்லை

- சுந்தரமூர்த்தி நாயனார் (கி.பி. எட்டாம் நூற்றாண்டு) இயற்றிய தேவாரம் (திருமுறை 7) - இதில் சிதம்பரம் என்ற சொல் இல்லை

- மாணிக்கவாசகர் (கி.பி. ஒன்பதாம் நூற்றாண்டு) இயற்றிய திருவாசகம் மற்றும் திருக்கோவையார் (திருமுறை 8) - இவற்றில்

தேமொழி

சிதம்பரம் என்ற சொல் இல்லை

- சேக்கிழார் பெரியபுராணம் (திருமுறை 12) - இவற்றில் சிதம்பரம் என்ற சொல் இல்லை

கி. பி. 15ம் நூற்றாண்டு-திருப்புகழ் பாடல்களிலும், திருமூலரின் திருமந்திரத்திலும் சிதம்பரம் என்ற சொல் கிடைக்கிறது.

திருப்புகழ் பாடல்களில் சிதம்பரம் என்ற சொல் கிடைப்பதில் வியப்பு ஏதும் இல்லை. அது பிற்காலத்து இலக்கியம். ஆனால் பிற்காலச் சொல்லான சிதம்பரம் திருமந்திரத்தில் கிடைக்கும் பொழுது, சிதம்பரம் என்ற சொல் உள்ளப் பாடல்கள் பிற்கால இடைச்செருகல்கள் என்பதைத் தெளிவாக அறிய முடிகிறது. அடுத்து திருப்புகழில் சிதம்பரம் என்ற சொல் தோன்றும் பாடல்கள் கொடுக்கப்பட்டுள்ளன, அதற்கடுத்து திருமந்திரத்தில் இடைச்செருகல் பாடல்கள் என்று கண்டறியப்பட்ட பாடல்கள் கொடுக்கப்பட்டுள்ளன.

கி.பி. 15ம் நூற்றாண்டு-திருப்புகழ் பாடல்களில் சிதம்பரம்:

அருணகிரியால் போற்றப்பட்ட விஜயநகர மன்னர் இரண்டாம் பிரபுட தேவராயர் என்ற அரசர் (கி.பி.1422முதல் 1446வரை) கி. பி. 15ம் நூற்றாண்டினர் என்பது ஆய்வாளர்கள் முடிவு. ஆகவே கி. பி. 15ம் நூற்றாண்டில் வாழ்ந்தவர் அருணகிரிநாதர் என்பது உறுதியாகிறது.

அருணகிரியார் இயற்றிய திருப்புகழ் பாடல்களில்;

சிதம்பர என்று 3 முறை, *சிதம்பரத்து* என்று 1 முறை, *சிதம்பரம்* என்று 2 முறை என 6 முறை பாடல்களில் சிதம்பரம் குறித்த சொற்கள் கிடைக்கின்றன. அப்பாடல் வரிகள் கீழே கொடுக்கப்பட்டுள்ளன.

சிதம்பர (3):

செந்தமிழ் ஞான தடாகம் என் சிவ கங்கை அளாவும் மகா சிதம்பர திண் சபை மேவும் மனா சவுந்தர தம்பிரானே -
திருப்:468/15,16

அருள் கொடு ஆடி சிதம்பர மேவிய தம்பிரானே -
திருப்:474/16

சிதம்பர குமார கடம்பு தொடை ஆட சிறந்த மயில் மேல் உற்றிடுவோனே திருப்:891/5

சிதம்பரத்து (1):

ஆதி நாதர் ஆடு நாடகசாலை அம்பல சிதம்பரத்து அமர்ந்த தம்பிரானே - திருப்:469/8

சிதம்பரம் (2)

வான் குலாவி சிதம்பரம் வந்து அமர் செங்கை வேலா - திருப்:475/14

கும்பகோணமொடு ஆரூர் சிதம்பரம் உம்பர் வாழ்வுறு சீகாழி நின்றிடு - திருப்:1306/க

திருமந்திரத்தில் இடைச்செருகலாக அடையாளம் காணப்பட்ட பாடல்கள்

(இதுவே இக்கட்டுரையின் முதன்மை நோக்கம் என்பதை நினைவில் கொள்க)

சிதம்பரம் (4)

தேவர் உறைகின்ற சிதம்பரம் என்றும் - திருமந்:886/2

மானுடர் ஆக்கை வடிவு சதாசிவம் - திருமந்:1726/2,3

சிதம்பரம் தற்குகை ஆதாரம் தானே - திருமந்:2653/4

எங்கும் சிதம்பரம் எங்கும் திருநட்டம் - திருமந்:2722/2

(1) தேவர் உறைகின்ற சிற்றம்பலம் என்றும்
தேவர் உறைகின்ற சிதம்பரம் என்றும்
தேவர் உறைகின்ற திரு அம்பலம் என்றும்
தேவர் உறை கின்ற தென் பொது ஆமே.
(திருமூலர் திருமந்திரம் - நான்காம் தந்திரம் பாடல் - 866)

பாடலின் பொருள்: தேவர்க்கும் மூவர்க்கும் மற்று யாவர்க்கும் பெருமானாகிய முழுமுதற் சிவன் என்றும் உறைகின்ற திருவிடம் சிற்றம்பலம் என்ப; இதனையே சிதம்பரம் எனவும் கூறுவர். இதனையே திருவம்பலம் எனவும் கூறுவர். இவை எல்லாம் அழகிய அம்பலம் என்னும் தென் பொதுவேயாம் (ப. இராமநாத பிள்ளை உரை).

(2) மானுடர் ஆக்கை வடிவு சிவலிங்கம்
     மானுடர் ஆக்கை வடிவு சிதம்பரம்
     மானுடர் ஆக்கை வடிவு சதாசிவம்
     மானுடர் ஆக்கை வடிவு திருக் கூத்தே.

(திருமூலர் திருமந்திரம் - ஏழாம் தந்திரம் பாடல் - 1696)

பாடலின் பொருள்: மக்கள் யாக்கையின் வடிவு சிவலிங்கம்; மக்கள் வடிவு திருச்சிற்றம்பலமாகும்; மக்கள் வடிவு அருளோனாகிய சதாசிவன்; மக்கள் வடிவு அம்பலவாணர் இயற்றும் அருட்பெருங்கூத்து; சிவ பெருமான் மக்கள் யாக்கையை நடமாடுந் திருக்கோவிலாகக் கொண்டு வடிவாய் அரங்காய் வகுப்பாய் வாழ்வாய்ப் பயனளித்தருள்கின்றனன் (ப. இராமநாத பிள்ளை உரை).

(3) எங்கும் திருமேனி எங்கும் சிவ சத்தி
     எங்கும் சிதம்பரம் எங்கும் திரு நட்டம்
     எங்கும் சிவமாய் இருத்தலால் எங்கு எங்கும்
     தங்கும் சிவன் அருள் தன் விளையாட்டு அதே.

(திருமூலர் திருமந்திரம் - ஒன்பதாம் தந்திரம் பாடல் - 2674)

பாடலின் பொருள்: சிவபெருமானுக்குத் திருமேனி சிவசத்தியே யாகும். அச் சிவனின் அருளாற்றல் எங்கும் நீக்கமற நிறைந்துள்ளது. அச் சிவபெருமான் தான் செய்யும் திருவருட்டொழில்களனைத்தும் சிவசத்தியின் வாயிலாகவே செய்தருள்கின்றனன். அச் சிவபெருமானும் திருவருளும் நுண்ணறிவு அம்பலமாம் திருச்சிற்றம்பலத்தின்கண் விளங்கியருள்கின்றனர். அதனால் எங்கும் சிதம்பரம் என்றனர். அவன் செய்தருளும் திருக்கூத்தும் எங்கும் நிறைந்தே. எங்கும் சிவமாகவே இருத்தலால் எல்லாவுயிர்களும் எல்லா வுலகங்களும் எல்லா உலகியற் பொருள்களும் சிவனிறைவில் சார்ந்து நிற்கின்றன. அதனால் அனைத்தும் சிவவண்ணமேயாம். அவ்வாற்றால் எங்கும் தங்கும் சிவனருள் திருவிளையாட்டே எல்லாமாகும் (ப. இராமநாத பிள்ளை உரை).

(4) முகம் பீடமாம் மடம் உன்னிய தேயம்
     அகம் பர வர்க்கமே ஆசு இல் செய் காட்சி
     அகம் பரம் ஆதனம் எண்ணெண் கிரியை

சிதம்பரம் தற்குகை ஆதாரம் தானே
(திருமூலர் திருமந்திரம் - ஒன்பதாம் தந்திரம் - 1. குருமட தரிசனம், பாடல் எண் : 5)

குறிப்பு: மேலே கொடுக்கப்பட்டுள்ள சிதம்பரம் என்று குறிப்பிடும் நான்காம் பாடல் திருமந்திரப் பாடலாகக் காட்டப்படுகிறது. இப்பாடல் தேவாரம் இணையத் தளத்தில் *(http://thevaaram.org/)* தொகுக்கப்பட்டுள்ளது. ஆனால், தமிழ் இணையக் கல்விக்கழகம் தரும் திருமந்திரம் நூலில் கிடைக்கப் பெறவில்லை.

பாடலின் பொருள்: குருமடத்தில் முதன்மையாக அமைந்துள்ள பீடம், சிவபெருமானுடைய முகம். மடாலயம் உயிர்களால் நினைக்கப்படுகின்ற சிவனுடைய திருமேனி. திருமடத்தில் உள்ள பல உயிர்ப் பொருட்கள், உயிரல் பொருட்கள், சிவனுடைய வியாபகத்துள் அடங்கியுள்ள உயிர்களும், உயிர் அல்லாதனவும் ஆகிய உலகங்கள். குருமூர்த்தியின் ஆட்சி, சிவபெருமான் உயிர்களின் பாசத்தைப் போக்குதற்குச் செய்கின்ற செயல்கள். குருமூர்த்தியினுடைய உள்ளம், சிவபெருமான் எழுந்தருளியிருக்கும் மேலான இருக்கை. குருமூர்த்தி தாம் இருப்பதாகக் கொண்டுள்ள குகை, சிவனுடைய இடமாகிய சிதாகாசம். ஆகவே குருமூர்த்திக்கு அவர்தம் மாணவர் செய்யும் பதினாறு வகை முகமன்களோடுகூடிய வழிபாட்டுச் செயல்கள். உலகில் சிவபெருமானுக்கு அந்தணர் முதலியோர் அவ்வாறு செய்யும் வழிபாட்டுச் செயல்களே (தருமை ஆதீனப் புலவர் முனைவர் திரு. சி. அருணை வடிவேலு முதலியார் உரை).

இங்குக் காட்டப்பட்ட சிதம்பரம் என்ற சொல் அடிப்படையில் ஆய்வு செய்தது போல, தக்க ஏரணத்தின் அடிப்படையில் செய்யப்படும் சொல்லாய்வு மேலும் பல இடைச்செருகல் பாடல்களை அடையாளம் காண உதவக்கூடும். காலந்தோறும் கருத்துத் திணிப்பு என்ற நோக்கில் இடைச்செருகல்கள் என்ற தாக்குதல்களுக்குத் தமிழ் இலக்கியங்களை உள்ளாக்கும்பொழுது எக்காலத்தில் அவை எழுதப்பட்டது என்று அறிய முற்படும் இலக்கியத்தின் கால ஆய்வை அது சவால் நிறைந்ததாக ஆக்குகிறது. கணினி செயற்கை நுண்ணறிவு போன்றவற்றின் துணையுடன் மேற்கத்திய இலக்கியங்கள் ஆய்வுக்குட்படுத்தப்பட்டுப் போலிகள் அடையாளம் காணப்படுகின்றன. ஷேக்ஸ்பியர் எழுதிய

பாடல்கள் அவர் எழுதியதுதானா என்பது போன்ற ஆய்வுகள் மேலைவுலகில் நடைபெறுவது வழக்கமே. அது போன்ற ஆய்வுகள் தமிழிலக்கியங்களின் மீதும் ஆய்வுகள் செய்தால் பல உண்மைகள் வெளிவரும்.

துணைநின்ற நூல்கள்:

(1) திருமூலர், விக்கிப்பீடியா - *https://ta.wikipedia.org/s/4d6*

(2) திருமந்திரம் - *http://www.tamilvu.org/courses/degree/a041/a0411/html/a04115l1.htm*

(3) பன்னிரு திருமுறை - பத்தாம் திருமுறை - திருமூலர் திருமந்திரம் - *http://thevaaram.org/thirumurai_1/songview.php?thiru=10&Song_idField=10901&padhi=%20&startLimit=5*

(4) சைவ சித்தாந்த சாத்திர வரலாறு, பேராசிரியர் க. வெள்ளைவாரணனார், தமிழ்ப் பல்கலைக்கழக வெளியீடு : 250

(5) மு. அருணாசலம் (முதல் பதிப்பு 1976, திருத்தப்பட்ட பதிப்பு 2005). தமிழ் இலக்கிய வரலாறு, பதினாறாம் நூற்றாண்டு, மூன்றாம் பாகம். சென்னை: தி பார்க்கர், தமிழியல் ஆய்வு மற்றும் வெளியீட்டு நிறுவனம், 291 அகமது வணிக வளாகம், இராயப்பேட்டை, சென்னை 600 014. பக். 212

(6) திருமூலர் திருமந்திரம், தொடரடைவு - முனைவர்.ப.பாண்டியராஜா - *http://tamilconcordance.in/TABLE-TMM.html*

(7) சிதம்பரத்தின் புவிசார் அமைப்பும் ஊர் உருவாக்கமும், முனைவர் ஜெ.ஆர்.சிவராமகிருஷ்ணன், உதவிப்பேராசிரியர், வரலாற்றுத் துறை, குந்தவை நாச்சியார் அரசு மகளிர்கலைக் கல்லூரி, மே 23, 2021 - *https://youtu.be/SE6mkynuB7c?t=6012*

(8) *Did Shakespeare Really Write His Own Plays?, Sarah Pruitt, July 15, 2015, History - https://www.history.com/news/did-shakespeare-really-write-his-own-plays*

- "சிறகு" - ஜூலை 2021

8

திருமலைராயனும் காளமேகப்புலவரும்

விஜயநகர அரசன் மல்லிகார்ச்சுனராயரின் (1449 - 1465) அரசப் பிரதிநிதியான சாளுவத் திருமலைராயன் (1453/1455-1468) என்பவர் காலத்தவர் கவி காளமேகம் என்று அறியப்படுகிறது. சாளுவத் திருமலைராயன் என்னும் தெலுங்கு மொழி சிற்றரசனைக் குறித்துத் தனது பாடல்கள் பலவற்றில் குறிப்பிட்டுள்ளார் காளமேகம்.

சகம் 1875ல் தோன்றிய சாளுவத் திருமலைராயனைக் குறிப்பிடும் கல்வெட்டொன்று திருவானைக்காவில் உள்ளது என்று ஔவை. சு. துரைசாமிப் பிள்ளை குறிப்பிடுகிறார். இவனது தலைநகரம் திருமலைராயன் பட்டினம் என்ற குறிப்பு அவனது கல்வெட்டிலும் காணப்படுகிறது என்றும், இவனுடைய கல்வெட்டுக்களில் கூறப்படும், சுங்கத் தவிர்த்த சோழநல்லுனரான திருமலை ராசபுரம் என்பது திருமலைராயன் பட்டினம் என்றும் ஔவை. சு. துரைசாமிப் பிள்ளை கருதுகிறார். தான் பண்டைய சளுக்க மன்னர்களின் வழித்தோன்றல் என்பதாக இவன் தன்னை சாளுவத் திருமலை தேவமகாராசர் (S.I.I.Vol.II. No. 23) என்று கூறிக்கொள்ளுகிறான். இவன் காலத்தவரான காளமேகப்புலவரும் கல்யாணிச் சாளுவத் திருமலைராயன் என்றே குறிப்பிடுகின்றார். தம் பாடலொன்றில், ... நிலைசெய் கல்யாணிச்சாளுவத் திருமலைராயன் என்ற வரியில் காளமேகம் குறிப்பிடும் கல்யாணி என்பது மேலைச் சாளுக்கிய மன்னர்களின் தலைநகரம்.

திருமலைராயன் குறித்த கல்வெட்டுகள் சோழ மண்ணில் காணப்படுவதாக மு. இராகவையங்கார் (சாசனத் தமிழ்க்கவி சரிதம் என்ற நூலிலும்), தி. வை. சதாசிவப் பண்டாரத்தார் (தமிழிலக்கிய வரலாறு -13, 14, 15 ஆம் நூற்றாண்டுகள் என்ற

நூலிலும்) குறிப்பிடுகிறார்கள். இந்தச் சான்றுகளின் அடிப்படையில் பதினைந்தாம் நூற்றாண்டின் பிற்பகுதியில் வாழ்ந்தவர் காளமேகம் எனக் கருத வழியுண்டு எனக் குறிப்பிடுகிறார் அ. சதாசிவம் பிள்ளை (பாவலர் சரித்திர தீபகம், பகுதி - 2).

சாளுவத் திருமலைராயன் ஆண்ட பகுதி திருமலைராயன் பட்டினம் என்று இந்நாளில் அறியப்படுகிறது. நாகைக்குச் சில கல் தொலைவிலே இருக்கும் திருமலைராயன் பட்டினம் சுருக்கமாக டி. ஆர். பட்டினம் என்றும் அழைக்கப்படுவதாகவும் தெரிகிறது. திருமலைராயன் பட்டினத்தில் ஏடு தேடியது என்ற ஒரு குறிப்புடன் உ.வே.சாமிநாதையர் தாம் எழுதிய நல்லுரைக்கோவை நூலில் இதைக் குறிப்பிடுகிறார்.

நாகபட்டினம் போயிருந்த போது அதற்கு வடக்கே கடற்கரையில் திருமலைராயன் பட்டினம் இருப்பதை அறிந்தேன். சிறந்த கவிராயராகிய காளமேகத்தின் பெருமையை உலகுக்கு விளக்கிய அந் நகரத்தைப் பற்றித் தமிழ்ச் செய்யுட்களால் ஒருவாறு அறிந்திருந்தேன். காளமேகம் வசைக்கவி பாட அந் நகரம் மண்மாரியால் அழிந்ததென்று சொல்வார்கள். இந்தச் செய்திகளை அறிந்த எனக்கு அவ்விடம் சென்று பார்த்துவரவேண்டுமென்ற ஆவல் மிகுதியாக இருந்தது. மண்மாரியால் அழிந்த பட்டினத்துக் கருகில் ஊரொன்று உள்ளது. அங்கே யாரேனும் புலவர் பரம்பரையினராக இருப்பாராயின் அவரது வீட்டிலுள்ள ஏடுகளையும் பார்க்கலாமென்பது என் அவா.

காலையில் நாகபட்டினத்திலிருந்து ஒரு குதிரை வண்டியில் ஏறித் திருமலைராயன் பட்டினம் போய்ச் சேர்ந்தேன். அங்கே பழைய பட்டினம் அழிந்த பிறகு உண்டாகிய புதிய பட்டினம் அதன் கீழ்ப்புறத்தில் அப்பெயரோடே இருக்கிறது. அப்பட்டினத்தில் பலவகைச் சாதியினரும் தொழிலாளிகளும் தனித்தனியே குடியிருந்த வீடுகளையுடைய பரந்த வீதிகளும் வேறு பலவகை அமைப்புக்களும் சிவ விஷ்ணு ஆலயங்களும் பல குளங்களும் காணப்பட்டன. நகரத்தைச் சார்ந்து திருமலைராயனென்னும் ஆறு ஓடுகின்றது. அது பழையகாலத்தில் அப்பெயரையுடைய அரசனால் காவிரியாற்றிலிருந்து ஒரு பிரிவாக வெட்டப்பெற்றது. அந்நதி அப்பட்டினத்திற்குக் கிழக்கே சென்று கடலோடு கலக்கிறது.

காளமேகப் புலவருடைய இயற்பெயர் வரதன் என்பதும் சில பாடல்களின் வழி தெரிய வருகின்றது. நள்ளாற்றுத்

தொண்டிக்கு நல்வரதன் தீட்டுமடல் என்று திருநள்ளாற்றில் வாழ்ந்த நள்ளாற்றுத் தொண்டி என்ற தனது அன்பிற்குரிய பெண்துணைவியாருக்கு மடல் எழுதி தன்னை வந்து சந்திக்குமாறு காளமேகமே அவருக்கு அழைப்பு விடுக்கும் பாடலும் உள்ளது.

வாசவய னந்தி வரதா திசையனைத்தும் வீசுகவி காளமேகமே என்று அதிமதுர கவிராசன் என்ற புலவரும் தம் பாடலில் அவரை வரதன் என்று குறிப்பிடுகிறார். மழைமேகம் போல பாடல்களைப் பொழிந்தார் என்பதால் காளமேகம் என்ற சிறப்புப்பெயர் பெற்றவர் இவர். நந்தி வரதா என்பதில் உள்ள நந்தி என்பது காளமேகம் பிறந்த நந்திபுரம் என்ற ஊரைக் குறிக்கிறது. இவ்வூர் கும்பகோணத்துக்கு அருகில் தற்காலத்தில் நாதன்கோயில் என வழங்கும் ஊர். காளமேகமும் தன்னைக் காளமேகம் என்றே அறிமுகப்படுத்திக் கொள்ளும் பாடலும் உண்டு.

காளமேகம் மிகவும் நுண்மதியாளர். மற்ற புலவர்களில் இருந்தும் மாறுபட்டவர், ஒரு பாடலில் இரண்டோ அதற்கும் மேலோ பொருள் கொள்ளும் வண்ணம் பாடல் இயற்றுவதில் வல்லவர். தமது மொழியாற்றலை வெளிப்படுத்தும் வண்ணம் இரட்டுற மொழிதல் எனப்படும் சிலேடை அணி கொண்ட பாடல் பலவற்றை இயற்றியுள்ளார். இரட்டுற மொழிதல் என்றாலே காளமேகப்புலவர் பாடல் என்று தமிழிலக்கியத்தில் முத்திரை பதித்தவர். இவர் பாடல்களைப் படிப்பதால் மொழிவளம் பெருகும் என்று புலியூர்க் கேசிகன் குறிப்பிடுகிறார். காளமேகம் அவர் எழுதிய பல சிலேடைப் பாடல்களில் திருமலைராயன் பற்றிய குறிப்புகளைக் காணலாம். திருமலைராயனைப் புகழ்ந்தும் பாடல்களை எழுதியுள்ளார்.

சிலேடைப் பாடல்களில் திருமலைராயன்:

குறிப்பு: கீழுள்ள இரட்டுறமொழிதல் பாடல்வரிகளின் இறுதிப் பகுதி கொடுக்கப்பட்டுள்ளது. வரிகளின் இறுதியில் அடைப்புக் குறிக்குள் கொடுக்கப்பட்டுள்ள எண் புலியூர்க் கேசிகனின் காளமேகப் புலவர் - தனிப்பாடல்கள் என்ற நூலில் கொடுக்கப்பட்டுள்ள பாடல் வரிசை எண்ணைக் குறிக்கிறது.

1 ஆமணக்கும் யானைக்கும்:

..... எத்திசைக்கும் தேமணக்குஞ் சோலைத்

தேமொழி

திருமலைராயன்வரையில் ஆமணக்கு மால்யானை யாம் (48)

பொருள்: எல்லாத் திசைகளிலும் இனிய மணம் கமழ்ந்து கொண்டிருக்கும் திருமலைராயனுடைய மலைச்சாரலில் ஆமணக்கும் பெரிய மதயானை ஆகும்.

2 வைக்கோலுக்கும் யானைக்கும்:

..... சீருற்ற செக்கோல மேனித் திருமலைராயன்வரையில் வைக்கோலு மால்யானை யாம் (49)

பொருள்: சிறப்புப் பொருந்திய செந்நிறமான திருமேனியினையுடைய திருமலைராயனின் மலைச்சாரலிடத்தே வைக்கோலும் மதயானைக்குச் சமமாம்.

3 பாம்புக்கும் வாழைப்பழத்திற்கும்:

..... விஞ்சுமலர்த் தேம்பாயும் சோலைத் திருமலைராயன்வரையில் பாம்பாகும் வாழைப் பழம் (50)

பொருள்: மிகுதியான மலர்கள் தேனைப் பொழிந்து கொண்டிருக்கும் சோலைகளையுடைய திருமலைராயனின் மலைச்சாரலிலே, வாழைப்பழம் பாம்புக்கு ஒப்புடையதாகும்.

4 பாம்புக்கும் எலுமிச்சம் பழத்துக்கும்:

..... எரிகுணமாம் தேம்பொழியும் சோலைத் திருமலைராயன்வரையில் பாம்பு எலுமிச்சம் பழம் (52)

பொருள்: தேன் பொழிந்து கொண்டிருக்கின்ற சோலைகளையுடைய திருமலைராயனின் மலைச்சாரலிலே பாம்பும் எலுமிச்சம் பழத்தினைப் போல்வதாகும்.

5 நாய்க்கும் தேங்காய்க்கும்:

..... சேடியே, தீங்காய தில்லாத் திருமலைராயன்வரையில் தேங்காயு நாயுநேர் செப்பு (55)

பொருள்: தோழியே! தீமை எனப்படுவது இல்லாதே இருக்கின்ற திருமலைராயனின் எல்லைக்குட்பட்ட நாட்டிலே தேங்காயும் நாயும் ஒப்பிட்டு உரைத்துக் கொள்க.

6 மீனுக்கும் பேனுக்கும்:

..... தேனுந்து சோலைத் திருமலையராயன் வரையில் மீனும்

பேனுஞ்சரியாமே (56)

பொருள்: தேன் பாய்கின்ற சோலைகளைக் கொண்ட திருமலைராயனின் மலையிடத்தே, மீனும் பேனும் தம்முள் ஒப்புடையன.

7 வெற்றிலையும் வேசையும்:

..... தெள்ளுபுகழ்ச் செற்றலரை வென்ற திருமலைராயன்வரையில் வெற்றிலையும் வேசையாமே (59)

பொருள்: தன்னோடு பகைத்து வந்தவரை வெற்றிகொண்ட தெளிவான புகழினையுடைய திருமலைராயனின் மலைச்சாரலிலே வெற்றிலையும் வேசை போலாவது எனலாம்.

8 குதிரைக்கும் காவிரிக்கும்:

..... நாடறியத் தேடு புகழான் திருமலைராயன்வரையில் ஆடுபரி காவிரியா மே (62)

பொருள்: நாடெங்கும் அறியும்படியாகத் தேடின புகழை உடையவனாகிய திருமலைராயனின் வரையிடத்திலே குதிரைக்கும் காவிரிக்கும் ஒப்பாகும்.

9 ஆடும் கதவும்:

..... துய்யநிலை தேடும் புகழ்சேர் திருமலைராயன்வரையில் ஆடும் கதவு நிகராம் (64)

பொருள்: தூய்மையான தங்குமிடத்தைத் தேடி அடையும் புகழ் சேர்ந்துள்ள, திருமலைராயனின் மலைச்சாரலிடத்தே ஆடும் கதவும் ஒன்றிற்கொன்று சமமானதாம்.

10 ஆடும் குதிரையும்:

..... உம்பர்களும் தேடுநற் சோலைத் திருமலைராயன்வரையில் ஆடுங் குதிரையுநே நிகராம் (65)

பொருள்: தேவர்களும் தேடிவந்து மகிழும் சோலைகளையுடைய திருமலைராயனின் மலைச்சாரலிலே ஆடும் குதிரையும் தம்முள் ஒன்றற் கொன்று சமானமாகும்.

11 துப்பாக்கியும் ஓலைச்சுருளும்:

..... நீணிலத்தில் செப்பார்க் குதவாத் திருமலைராயன்வரையில்

துப்பாக்கி யோலைச் சுருள் (66)

பொருள்: நெடிதான இந்த உலகத்திலே தன்னைப் போற்றிச் சொல்லாத புலவர்க்குப் பயன்படுதல் இல்லாத திருமலைராயன் என்பவனின் மலைச்சாரலில் துப்பாக்கியும் ஓலைச்சுருளும் ஒன்றிற்கொன்று சமானமாகும்.

மேற்காணும் பாடல்களில் திருமலைராயன் வரையில் என்பதற்கு உரையாசிரியர் புலியூர்க் கேசிகன் திருமலைராயன் என்பவனின் மலைச்சாரலில் என்றே பெரும்பாலும் பொருள் கூறியுள்ளமையைக் காண்க. ஓரிடத்தில் மட்டும் திருமலைராயன் வரையில் என்பதற்கு திருமலைராயனின் எல்லைக்குட்பட்ட நாட்டிலே என்ற பொருள் காண்கிறார். இவ்வாறு இவர்மட்டுமன்று பிற உரையாசிரியர்களும் வரை என்பதற்கு மலை என்ற பொருளையே கூறிச் சென்றுள்ளார்கள். வெற்பு என்றும் குறிப்பிட்டுள்ளனர்.

ஆனால் இவர்கள் பொருள் கூறும் வகையில் திருமலைராயன் பட்டினத்தில் எந்த ஒரு மலையும் இல்லை என்பதுதான் உண்மை. இதன் அடிப்படையில் திருமலைராயனின் எல்லைக்குட்பட்ட நாட்டிலே என்று பொருள் கூறுதலே பொருத்தமாக இருக்கும். இல்லை எனில் காளமேகம் கூறும் திருமலைராயனின் நாடு எதுவென்று மீளாய்வு செய்யத் தேவையிருக்கிறது. இரட்டுறமொழிதலுக்குப் பெயர் பெற்றது போலவே வஞ்சப்புகழ்ச்சியிலும், வசைபாடுவதிலும் காளமேகம் வல்லவர். கடவுள் முதல் கணிகையர் வரை இவரால் வசைபாடப்பட்டவர் பற்பலர். இவர் திருமலைராயனை வசைபாடியதாக உள்ள பாடல்களும் உள்ளன. வசைபாடல்கள் என்றாலும் இவர் பெயர் நினைவு வரும் அளவிற்கு அதிலும் தம் முத்திரையைப் பதித்துள்ளார்.

திருமலைராயனுக்கும் இவருக்கும் உள்ள தொடர்பு குறித்த கதையும் புகழ் பெற்றதே. அதையும் சுருக்கமாக அறிந்துகொள்வது அவர் திருமலைராயனின் மீது பாடிய இசைபட, வசைபடப் பாடியதன் பின்புலத்தைக் காட்ட உதவும்.

நந்திபுரத்தில் வரதனாகப் பிறந்த காளமேகம் திருவரங்கத்திற்குக் குடிபெயர்ந்தார் அங்குக் கோயிலில் சமையற்காரராகப் பணியாற்றினார். வைணவப் பின்னணி கொண்ட இவருக்குத் திருவானைக்காவல் கோயிலில் நாட்டியமாடும்

மோகனாங்கி என்ற பெண்ணுடன் தோழமை ஏற்பட்டது. சைவசமயத்து மோகனாங்கி வைணவரான வரதனிடம் கொண்ட காதலால் தோழியர்களால் எள்ளி நகையாடப்பட்டார். இதன் காரணமாக மனம்வருந்திய மோகனாங்கி வரதனுடன் கொண்ட நட்பை முறித்துக் கொள்ள முயன்றார். காரணம் அறிந்த வரதன் தனது காதலியை மகிழ்விக்கும் பொருட்டு திருவானைக்காவல் கோயிலுக்குச் சென்று சைவசமயத்தவராக தன்னை மாற்றிக்கொண்டு அக்கோயிலின் மடைப்பள்ளியிலேயே சமையல்காரராகப் பணிபுரியத் துவங்கினார். ஒருநாள் இரவில் மண்டபத்தில் இவர் அயர்ந்து உறங்கியபொழுது அம்பிகை கனவில் தோன்றி இவருக்குப் புலமைபெற அருள் புரிந்தார் என நம்பினார். அது முதற்கொண்டு இவர் கொடுக்கப்படும் சொல், பொருள் எவற்றுக்கும் உடனடியாகப் பாடல் எழுதும் ஆற்றல் பெற்றார், கவி காளமேகம் எனவும் அழைக்கப்பட்டார் என்பது இவர் குறித்துக் கூறப்படும் செய்தி.

இவ்வாறு புலமை பெற்ற இவர் பல சைவக்கோயில்களைச் சென்று பாடிவரவும் விரும்பினார். தமிழ்ப்புலவர் பலரை தமது அவையில் ஆதரித்த திருமலைராயனிடம் தனது திறமையைக் காட்டி பரிசில் பெற விரும்பி திருமலைராயனின் நகரத்திற்கு வந்தார். திருமலைராயனின் சிறப்பைப் புகழ்ந்து பாடினார். மன்னனின் அவையில் இருந்த தண்டிகைப் புலவர்கள் என்றழைக்கப்பட்ட அறுபத்துநான்கு புலவர்களுடன் புலமைப் போட்டியில் வெற்றி கொண்டார். தலைமைப்புலவர் அதிமதுரக் கவி என்பாரின் வெறுப்பிற்கும் ஆளானார். தனது அவைப்புலவர்களின் தோல்வியால் மனம் குமைந்திருந்த மன்னன் திருமலைராயன் தனது பாடல்களுக்குத் தக்க மரியாதை தராது நேர்மை தவறியதாக உணர்ந்த பொழுது, அவன் நகரமே மண்மாரி பெய்து அழியட்டும் எனக் காளமேகம் அறம் பாடினார் என்பது திருமலைராயன்-காளமேகம் தொடர்பு கொண்ட செய்திகளாகக் கூறப்படுகிறது.

கீழ்வரும் பாடல்கள் மன்னன் திருமலைராயனைக் காளமேகம் போற்றியும் தூற்றியும் பாடிய பாடல்களாகத் தனிப்பாடற்றிரட்டு நூல்கள் தருகின்றன.

குறிப்பு: கீழுள்ள பாடல்வரிகளின் இறுதியில் அடைப்புக் குறிக்குள் கொடுக்கப்பட்டுள்ள எண் புலியூர்க் கேசிகனின் காளமேகப் புலவர் - தனிப்பாடல்கள் என்ற நூலில்

கொடுக்கப்பட்டுள்ள பாடல் வரிசை எண்ணைக் குறிக்கிறது;

•••.. சீதஞ்செ யுந்திங்கண் மரபினா னீடுபுகழ்
செய்யதிரு மலரா யன்முன்
சிறுமா றென்றுமிகு தாறுமாறுகள்செய்
திருட்டுக் கவிப்புலவ ரைக்
காதங் கறுத்துச் சவுக்கிட் டடித்துக்
கதுப்பிற் புடைத்து வெற்றிக்
கல்லணையி னொடுகொடிய கடிவாள மிட்டேறு
கவிகாள மேகம் நானே (4)

என்ற பாடலில் குளிர்ச்சி செய்யும் சந்திரனின் மரபினனும் நெடிதான புகழினை உடையோனும் செங்கோன்மையாளனுமான திருமலைராயன் என்னும் இம்மன்னவனின் முன்பாக, சீற்றமென்றும் மாற்றம் என்றும் மிகுதியாகத் தாறுமாறான செயல்களைச் செய்து கொண்டிருக்கின்ற திருட்டுத்தனம் உடையக் கவிராயரான புலவர்களாவோரை இவ்விடத்தே காதுகளை அறுத்தும் சவுக்கினாலே அடித்தும் கன்னங்களிற் புடைத்தும் என் வெற்றியாகிய கல்லான சேணத்துடனே கொடிய கடிவாளத்தை இட்டும் அவர்கள் மீது ஏறிச்செலுத்தும் கவிஞனாகிய காளமேகம் என்பவன் நானேதான் என்று தன்னை அறிமுகப்படுத்துகிறார். இங்கு இவர் தன்னைக் காளமேகம் எனக் கூறிக்கொள்வதைக் காணலாம்.

அவ்வாறே மற்றொரு பாடலிலும் திருமலைராயனைப் புகழ்ந்து பாடுகிறார்.

வீமனென வலிமிகுந்த திருமலைரா
யன்கீர்த்தி வெள்ளம் பொங்கத்
தாமரையி னயனோடிச் சத்தியலோ
கம்புகுந்தான் சங்க பாணி
பூமிதொட்டு வானமட்டும் வளர்ந்து நின்றான்
சிவன்கைலைப் பொருப்பி லேறிச்
சோமனையும் தலைக்கணிந்து வடவரைத்தண்
டாலாழஞ் சோதித் தானே (7)

என்ற பாடலில் வீமன் என்னும்படி ஆற்றலால் சிறப்புற்றிருக்கும் திருமலைராயனின் புகழாகிய வெள்ள மானது பொங்கி எழுந்ததால், தாமரையில் வசிக்கும் பிரமன் அஞ்சி ஓடிச் சத்தியலோகத்திலே நுழைந்து கொண்டான்; சங்கை ஏந்தியவனான திருமால் நிலமுதல் வானம் வரை மேனி வளரப்பெற்று விசுவரூபியாகி நின்றான்; சிவபிரான் கயிலை மலைமேல் ஏறிக் கொண்டு சந்திரனைத்

தலையில் அணிந்தவனாக, இமயமலையாகிய தண்டினாலே அக்கீர்த்தி வெள்ளத்தின் ஆழத்தைச் சோதிக்கத் தொடங்கினான் என்று திருமலைராயனின் புகழ்வெள்ளம் முத்தேவரையும் அஞ்சச் செய்யும் அளவிற்குச் சிறந்ததாயிருந்தது என்ற பொருளில் புகழ்கிறார்.

இன்னுமொரு பாடலில் திருமலைராயனின் வாள் சிறப்பினைக் கூறுகிறார்;

செற்றலரை வென்ற திருமலைரா யன்கரத்தில்
வெற்றிபுரி யும்வாளே வீரவாள்-மற்றையவாள்
போவாள் வருவாள் புகுவாள் புறப்படுவாள்
ஆவா ளிவாளவா ளாம் (8)

என்ற பாடலில் பகைவர்களை வெற்றிகொண்ட, திருமலைராயன் கரத்தின் வாள் ஒன்றே வீரவாள் என்பதற்குப் பொருந்துவதாகும்; வாள் என்று முடியும் பிறவெல்லாம் போவாள், வருவாள், புகுவாள், புறப்படுவாள், ஆவாள், இவாள், அவாள் என்ற சொற்கள், வாள் என முடிந்தாலும் எப்படி வாளைக் குறிப்பதாகாதோ அப்படியே வாள் என வழங்கினும் பயன் அற்றவைகளாம் என்று அரசர்களின் ஆயுதங்களைப் போற்றுவதன் மூலமும் புகழும் மரபினையொட்டித் திருமலைராயனின் வெற்றிவாளைக் குறித்துப் பாடுகிறார்.

அடுத்து வரும் இருபாடல்களில் மன்னனின் பாராமுகத்தினால் வெகுண்டு அவனை வசைபாடத் துவங்குகிறார்.

கோளர் இருக்குமூர் கோள்கரவு கற்றவூர்
காளைகளாய் நின்று கதறுமூர்-நாளையே
விண்மாரி யற்று வெளுத்து மிகக்கறுத்து
மண்மாரி பெய்கவிந்த வான் (12)

மண்மாரி பெய்க! என்ற இப்பாடலில் கொலைகாரர்கள் இருக்கின்ற இவ்வூர், புறங்கூறவும் வஞ்சகம் செய்யவும் கற்றிருக்கின்ற இவ்வூர், காளைகளைப் போன்று மக்கள் கட்டுப்பாடில்லாமல் நின்று கதறிக் கொண்டிருக்கும் இவ்வூர், இதன்கண், நாளைக்கே இந்த வானம், விண்மாரியற்று வெளுத்து மிகக் கறுத்து வான்மழை இல்லாது போய் மண்ணே மழையாகப் பெய்வதாக என மிகவும் சினந்து ஊருக்கே சாபம் தந்து வசைபாடுகிறார் காளமேகம். இப்பாடல் காளமேகம் திருமலைராயனின் மீது பாடிய பாடல் என்ற குறிப்பு கொடுக்கப்படினும் பாடலில் திருமலைராயன் பற்றிய குறிப்பு இல்லாததையும் கவனத்தில் கொள்ள வேண்டும்.

ஆனால் மற்றொரு பாடலில் மண்மாரி பெய்தால் மட்டும் போதாது; ஊர் முற்றவுமே அழியுமாறு வாட்டுதல் வேண்டுதல் எனக் காளமேகம் பாடும்பொழுது திருமலைராயன் பற்றிய குறிப்பு உள்ளது.

செய்யாத செய்த திருமலைராயன்வரையில்
அய்யா வரனே அரைநொடியில்-வெய்யதழற்
கண்மாரி யான்மதனைக் கட்டழித்தாற் போற்றியோர்
மண்மாரி யாலழிய வாட்டு (13)

என்ற பாடலில் மன்மதனை அழித்தது போலச் சிவனே! இந்த ஊரையும் எரித்து அழித்துவிடு என்கிறார். என் அய்யன் சிவபெருமானே! எனக்குச் செய்யத்தகாத எல்லாம் செய்த இந்தத் திருமலைராயனுடைய ஆட்சி எல்லைக்கு உட்பட்ட நாட்டில் உள்ள தீயவர்களை அரைநொடிப்போதிலேயே வெம்மையான நெருப்புக் கண் பார்வையான மழையினாலே மன்மதனின் ஆற்றலை யெல்லாம் போக்கிச் சாம்பராக்கினாற்போல மண்மாரியினாலே அழியும்படியாக வாட்டுவாயாக என்று பாடுகிறார்.

இந்திரன் கலையா யென்மருங் கிருந்தான்
அக்கினி யுதரம்விட் டகலான் எனத் தொடங்கி
சாளுவத் திருமலை ராயன்
மந்தர புயனாங் கோப்பய னுதவு
மகிபதி விதரண ராமன்
வாக்கினாற் குபேர னாக்கினால் அவனே
மாசிலா வீசனா வானே. (6)

என்று திருமலைராயனின் சிறப்பு கூறும் பாடல் நிலை பெற்ற கல்யாணி சாளுவத் திருமலைராயன், மந்தர மலைபோன்ற புஜங்களையுடையவன் புலவர்களுக்கு ராஜ மரியாதைகளை அளித்து உதவும் மன்னவன் நான்கும் தெரிந்த ராமனைப் போன்று சிறந்தவன். தன் ஆணையினாலே என்னைக் குபேர செல்வத்திற்கு உரியவனாக்கினால் குற்றமற்ற கடவுள் எனக்கு அவனே ஆவான் என்றும் கூறுகிறது. எனினும் இப்பாடல் வேறு புலவர் பாடியதாகவும் கூறப்படுகிறது, பிற திருமலைராயன் பாடல்களை காளமேகம் பாடியதால் இது காளமேகத்தின் பாடலென்றே கூறுவாரும் உண்டு எனத் தெரிகிறது.

ஆகவே சற்றொப்ப 15 பாடல்கள் திருமலைராயனையும் காளமேகத்தையும் இணைத்துத் தனிப்பாடல்களாக அறியப்படுகின்றன.

- விநோதரச மஞ்சரி, தமிழ் புளூராக், ஆரியப்புலவர் சரிதம், அ. சதாசிவம்பிள்ளையின் பாவலர் சரித்திர தீபகம் போன்ற தனிப்பாடற்றிரட்டு நூல்களும்

- கா. சுப்பிரமணிய பிள்ளையின் தனிப்பாடற்றிரட்டு பதிப்பு (1948) காளமேகப்புலவரின் 187 பாடல்கள் தொகுப்பையும்

- பொன்னுசாமித் தேவரின் தனிப்பாடற்றிரட்டு பதிப்பு (1884, 1940) காளமேகப்புலவரின் 158 பாடல்கள் தொகுப்பையும்

- திருவாலங்காடு ஆறுமுகசாமி பதிப்பு (1895) காளமேகப்புலவரின் 170 பாடல்கள் தொகுப்பையும்

- இராமசாமி நாயுடுவின் தனிப்பாடற்றிரட்டு தொகுப்பு (1908) காளமேகப்புலவரின் 169 பாடல்கள் தொகுப்பையும்

- ஔவை. சு. துரைசாமிப் பிள்ளையின் தமிழ் நாவலர் சரிதை பதிப்பு (1949) காளமேகப்புலவரின் 21 பாடல்கள் தொகுப்பையும்

- புலியூர்க் கேசிகனின் காளமேகப் புலவர் - தனிப்பாடல்கள் பதிப்பு (2010) காளமேகப்புலவரின் 219 பாடல்கள் தொகுப்பையும் கொண்டுள்ளன.

அ. சதாசிவம்பிள்ளையின் பாவலர் சரித்திர தீபகம் நூல் கொடுக்கும் பதிப்பு வரலாற்று ஒப்பீட்டுப் பகுதியானது, காளமேகப்புலவரின் பாடல்கள் பல பதிப்புகளில் எண்ணிக்கை வேறுபாட்டைக் கொண்டுள்ளதைக் காட்டுகிறது. அத்துடன் வேறு புலவர்களின் பாடல்களாகக் காளமேகப்புலவரின் சில பாடல்கள் இடம் பெற்றுள்ளமையையும் காட்டுகிறது.

காளமேகப்புலவரின் மறப்பாடல்கள் என சதாசிவம்பிள்ளை நூலில் இடம் பெறுபவை விநோதரச மஞ்சரி நூலில் இடம் பெறுபவை, இவை தமிழ் நாவலர் சரிதை, தமிழ் புளூராக், பழைய தனிப்பாடற்றிரட்டு நூல்களில் இடம் பெறவில்லை, அவ்வாறே திருவாலங்காடு ஆறுமுகசாமி பதிப்பில் இடம் பெறாத காளமேகப்புலவரின் மறப்பாடல்கள் பின்னர் வெளியான சுப்பிரமணிய பிள்ளையின் நூல்களில் இடம் பெறுகின்றன என சதாசிவம்பிள்ளையின் பாவலர் சரித்திர தீபகம் நூல் சுட்டுகிறது.

அத்துடன் அதிமதுர கவிராயருக்கும் காளமேகப்புலவருக்கும் இடையே எழுந்த பகைமை குறித்த கதையும் விநோதரச மஞ்சரி நூலில் இடம் பெறுபவை, இவை தமிழ் நாவலர் சரிதை,

தமிழ் புளூராக், பழைய தனிப்பாடற்றிரட்டு நூல்களில் இடம் பெறவில்லை எனவும் சதாசிவம்பிள்ளையின் பாவலர் சரித்திர தீபகம் நூல் சுட்டுகிறது.

இவ்வாறு காளமேகத்தின் பாடல்கள் குறித்த மாற்றுக் கோணங்கள் எழும்பொழுது எனக்கும் ஒரு பாடலில் அது காளமேகத்தின் பாடலா என்ற ஐயம் ஏற்படுகிறது. அது துப்பாக்கிக்கும் ஓலைச் சுருளுக்கும் ஒப்புமை காட்டும் இரட்டுற மொழிதல் பாடல்.

ஆணி வரையுறலா லானகுறிப் பேதரலால்
தோணக் கருமருந்தைத் தோய்ந்திடலால் - நீணிலத்தில்
செப்பார்க் குதவாத் திருமலைரா யன்வரையில்
துப்பாக்கி யோலைச் சுருள். *(66)*

இதன் பொருள்: நெடிதான இந்த உலகத்திலே தன்னைப் போற்றிச் சொல்லாத புலவர்க்குப் பயன்படுதல் இல்லாத திருமலைராயனின் வரையில் துப்பாக்கியும் ஓலைச்சுருளும் ஒன்றிற்கொன்று சமானமாகும்.

அது எவ்வாறு எனில் துப்பாக்கியானது ஆணி மற்றும் இருப்புச் சலாகையைத் தன்பாற் கொண்டிருத்தலாலும் மேற்கொண்ட குறியினையே தாக்கி வெற்றி தருதலாலும் மிகுதியான கருமருந்தினைப் பொருந்தியதாக இருப்பதனாலும் ஆகும்;

ஓலைச் சுருளானது எழுத்தாணி கொண்டு எழுதப்படுதலாலும் தன்னிடத்தே எழுதப்பட்டதாகிய குறிப்பைப் படிப்போருக்குத் தருவதாலும் ஓலையில் எழுதப்பட்டவை நன்கு புலனாகுமாறு கைக்காப்புச் செய்யப் பெறுதலை உடையதாதலாலும் என்ற உரையாசிரியர்களால் பொருள் கூறப்படுகிறது.

இப் பாடலின் பொருள் குறித்த கேள்வியெழாவிட்டாலும் காளமேகம் வாழ்ந்த காலமாக திருமலைராயன் குறிப்புகள் மூலம் கொள்ளப்படும் 1450-1500 என்ற பதினைந்தாம் நூற்றாண்டில் இந்தியாவில் துப்பாக்கி இல்லை என்பதே இந்தியப் போர்க்கருவிகள் வரலாறு கூறுகிறது.

முதன் முதலில் இந்தியத் துணைக்கண்டத்தில் துப்பாக்கி, துப்பாக்கி மருந்து, பீரங்கி போன்றவை பயன்படுத்தப்பட்டது முகமதியர்களால். மிகப்பெரிய படையைக் கொண்டிருந்த

இப்ராகிம் லோடிக்கும் பாபருக்கும் 1526இல் நடந்த முதலாம் பானிபட் போரில் பாபரால் பீரங்கி போன்ற புதிய தொழில் நுட்ப ஆயுதங்கள் பயன்படுத்தப்பட்டு இப்ராகிம் லோடி தோற்கடிக்கப்பட்டார் என்று இந்தியப் போர்க்கருவிகள் வரலாற்றில் காணப்படுகிறது. போர்க்கருவிகளில் தொழில்நுட்ப வளர்ச்சி இன்றி இந்தியா அயல்நாட்டாருக்கு அடிமையாகும் நிலையை நோக்கி அடியெடுத்து வைத்தது அப்பொழுதுதான். அதே காலகட்டத்தில்தான் ஐரோப்பியரும் இந்தியாவின் மேற்குக் கடற்கரையை எட்டினார்கள். வாஸ் கோட காமா 1498-1500 ஆண்டுகள் வாக்கில்தான் இந்தியாவிற்கு வந்து சேர்ந்தார். ஆகவே காளமேகம் பாடியதாகக் கூறப்படும் துப்பாக்கிக்கும் ஓலைச்சுருளுக்கும் ஒப்புமை காட்டும் இரட்டுற மொழிதல் பாடல் அவர் எழுதிய பாடலாக இல்லாதிருக்கவே வாய்ப்புள்ளது.

கட்டுரைக்குத் துணை நின்றவை:

1. நல்லுரைக்கோவை (கட்டுரைகள்), பாகம் -3, உ.வே. சாமிநாதையர், *https://www.projectmadurai.org/pm_etexts/utf8/pmuni0441.html*

2. பாவலர் சரித்திர தீபகம், அ. சதாசிவம்பிள்ளை. பகுதி 2. கொழும்புத் தமிழ்ச்சங்க வெளியீடு (பக்கம் - 97), 1979.

3. பல வித்துவான்கள் பாடிய தனிப்பாடற்றிரட்டு, முதற்பாகம், கா. சுப்பிரமணிய பிள்ளை, B. இரத்தின நாயகர் சன்ஸ், 1948.

4. தனிப்பாடற்றிரட்டு, பொன்னுசாமித்தேவர், 1884 & 1940.

5. தனிப்பாடற்றிரட்டு, முதற்பாகம், இராமசாமி நாயுடு, 1908.

6. தமிழ் நாவலர் சரிதை, ஔவை. சு. துரைசாமிப் பிள்ளை, சைவ சித்தாந்த நூற்பதிப்புக் கழகம், முதற் பதிப்பு : ஜனவரி 1949, பக்கம் - 176, *https://ta.wikisource.org/s/1uzh*

7. காளமேகப் புலவர் - தனிப்பாடல்கள், புலியூர்க் கேசிகன், மங்கை வெளியீடு, முதற் பதிப்பு: டிசம்பர் 2010, *https://ta.wikisource.org/s/8hqe*

8. *Regiment of Artillery — https://en.wikipedia.org/wiki/Regiment_of_Artillery*

- "சிறகு" - பிப்ரவரி 2018

9

இலக்கியத்தில் நகைச்சுவையும் பழிப்புரையும்

வெளிப்படையாகவோ அல்லது குறிப்பாகவோ தனிமனிதர் ஒருவர் அல்லது சமூகத்தின் குறையை அவர்கள் உணருமாறு அவர்களுக்கு உறுத்தவேண்டும் என்று வசையாகவும் அதே நேரம் நயத்துடனும் நகைச்சுவையுடனும் சொல்வது அங்கதம் எனப்படும். அதாவது ஒருவரது கீழ்மை குணத்தை நகைச்சுவை தோன்ற நயமாகப் பழித்துரைப்பதுதான் அங்கதம். இந்த இலக்கிய முறையை ஆங்கிலத்தில் சட்டயர் *(Satire)* என்பர். நடுவுநிலைமை, நகைச்சுவை உணர்வு, சமுதாய அக்கறை என்பனவற்றை நோக்கமாகக் கொண்டு; நகைப்பு, இகழ்ச்சி, நன்னோக்கம் ஆகிய மூன்றும் இயைந்து வரும் சிறப்பு கொண்டது அங்கதம். தாக்குதலும் நகையும் இணைந்தே இருப்பதும் அத்துடன் மனிதக் குறைபாடுகளை எள்ளி நகைப்பதும் அங்கதத்திற்குரிய வரையறை.

அங்கதம் என்பதற்கு நிகரான சில சொற்கள் இகழா இகழ்ச்சி, பகடி, எள்ளல், கேலி, பழிப்பு, நையாண்டி, உள்குத்து, பரிகாசம், (ஆங்கிலத்தில் *sarcasm, satire*) போன்றவை. இன்றைய எழுத்தாளர்களில் நாஞ்சில் நாடனின் சிறுகதைகளிலும் ஈரோடு தமிழன்பனின் கவிதைகளிலும் அங்கதச் சுவையைக் காணமுடிகிறது என்று சுட்டுகிறார்கள் இலக்கிய ஆய்வாளர்கள்.

செம்பொருள் அங்கதம், பழிகரப்பு அங்கதம் என அங்கதம் இருவகைப்படும். வெளிப்படையாய்ப் பழிப்பது, இகழ்ந்து வசை பாடுவது செம்பொருளங்கதம். மாறாக அதையே மறைவாய்க் குறிப்பாகக் கூறிப் பழிப்பது பழிகரப்பங்கதம். (இவ்வாறு இகழ்வதை ஒத்தது போலவே புகழ்வதிலும் இருவகை உண்டு, அவை முறையே, செம்பொருட் புகழ்ச்சி, வஞ்சகப் புகழ்ச்சி என

இருவகைப்படும். வெளிப்படையாய்ப் புகழ்வது செம்பொருட் புகழ்ச்சி; மறைவாய் புகழ்வது போல இகழ்வது வஞ்சகப் புகழ்ச்சி).

வசையொடும் நசையொடும் புணர்ந்தன்று ஆயின் அங்கதச் செய்யுள் என்பதற்கேற்ப வசை நசையும் கொண்டதாக அங்கதம் அமைய வேண்டும் என்று கூறும் தொல்காப்பியர், அங்கதத்தை (1) செம்பொருள் அங்கதம், (2) பழி கரப்பு அங்கதம் இருவகையாக வகுத்துக் கூறியுள்ளார்.

> அங்கதம்தானே அரில் தபத் தெரியின்
> செம்பொருள் கரந்தது என இரு வகைத்தே.
> செம்பொருள் ஆயின வசை எனப்படுமே.
> மொழி கரந்து மொழியின் அது பழிகரப்பு ஆகும். (120-122)
>
> செய்யுள்தாமே இரண்டு என மொழிப.
> புகழொடும் பொருளொடும் புணர்ந்தன்று ஆயின்
> செவியுறைச் செய்யுள் என்மனார் புலவர்.
> வசையொடும் நசையொடும் புணர்ந்தன்று ஆயின்
> அங்கதச் செய்யுள் என்மனார் புலவர். (123-125)
> தொல்காப்பியம்/பொருளதிகாரம்/செய்யுளியல்

இதில் நேர்முகமாகக் கூறப்படும் செம்பொருள் அங்கதம் நேரடியான குத்தல் உணர்வு கொடுப்பதாக இருக்கும், ஆனால் மறைமுகமாகக் கூறப்படும் பழிகரப்பு அங்கதம் புகழ்வதுபோல் இகழ்வதும், இகழ்வதுபோல் புகழ்வதுமாக எள்ளி நகையாடும் முறையில் அமையும். அதாவது இன்றைய நடைமுறையில் 'உள்குத்து' என்ற வழக்கத்தில் உள்ள ஒரு முறைதான் பழிகரப்பு அங்கதம்.

திருக்குறளில் அங்கதம்:

> செவியின் சுவையுணரா வாயுணர்வின் மாக்கள்
> அவியினும் வாழினும் என்
> (அதிகாரம்: கேள்வி குறள் எண்: 420)

இக்குறள் செம்பொருள் அங்கதம் வகைக்கு ஒரு சிறந்த எடுத்துக் காட்டு. கேள்வியறிவு பெற நினையாதவர்கள் உலகில் வாழ்ந்தும் வாழாதவர்களே என்ற கருத்தை உணர்த்த, செவியால் கேட்டறியும் சுவைகளை உணராது வாயால் நுகரும் இன்பத்தை மட்டுமறியும் மாக்கள் இறந்தால் என்ன? அல்லது இருந்தால்தான் என்ன? எல்லாம் ஒன்றே என்பது இக்குறளின் பொருள்.

தேவர் அனையர் கயவர் அவரும்தாம்
மேவன செய்துஒழுக லான்

(அதிகாரம்:கயமை குறள் எண்:1073)

இக்குறள் பழிகரப்பு அங்கதம் வகைக்குச் சிறந்த எடுத்துக்காட்டு. கயவர்கள் தான்தோன்றித்தனமாய் நடப்பவர்கள். வானுலகில் இருக்கும் தேவர்களும் அத்தகைய கயவர் போன்று கட்டுப்பாடற்ற பண்பொழுக்கம் கொண்டவர் என்பது இக்குறளின் பொருள்.

ஔவையாரின் தனிப்பாடல்களில் அங்கதம்:

சங்கப் பாடல்களிலும் காவியங்களிலும் தனிப்பாடல்களிலும் அங்கதக் கூறுகள் இடம் பெற்றுள்ளன. வசை பாடுவதில் நையாண்டி செய்வதில் காளமேகப் புலவர் வல்லவர், அதனால் வசைபாடக் காளமேகம் என்ற அடைமொழி கொடுத்துச் சிறப்பிக்கப் பட்டவர். அவர் பாடல்கள் போன்றே பிற்காலத்தில் வாழ்ந்தவராகக் கூறப்படும் மற்றொரு ஔவையார் ஒருவரும் அங்கதம் பாடியதாகக் குறிப்பிடப்படும் தனிப்பாடல்கள் உள்ளன.

ஔவையார் பாடலில் செம்பொருள் அங்கதம்: ஏழிற்குன்றப் பகுதியினை ஆண்டுவந்த சிற்றரசன் ஒருவன் தமிழ்ப் புலவர்களின் மதிப்பையும், அவர்களின் புலமைத் திறத்தையும் அறியாது அவர்களைப் பரசில் பெற வரும் இரவலர்கள் போல நடத்தி வந்தான். அவனைப் பாடச் சென்ற ஔவைக்கும் அந்த நிலை ஏற்பட்டது. இதனால் வெகுண்ட ஔவை அவனை நோக்கி நேரடியாக வசை பாடினார், அதில் நையாண்டியும் தொனித்தது.

இருள்தீர் மணிவிளக்கத் தேழிலார் கோவே
குருடேயும் அன்றுநின் குற்றம் - மருள்தீர்ந்த
பாட்டும் உரையும் பயிலா தனவிரண்டு
ஓட்டைச் செவியும் உள. (பாடல் - 86)

"இருளினும் சிறந்த நீலமணியின் ஒளிச்சிறப்பினைக் கொண்டு விளங்கும் ஏழிற்குன்றத்துக்கு உரிய மன்னவனே! எம்மை மதியாத உன் குற்றமானது உன் கண்கள் குருடாயினதனால் ஏற்பட்டது மட்டுமன்று. குற்றமற்ற பாட்டினையும் உரையினையும் கேட்டுப் பழகாதனவான இரண்டு ஓட்டைச் செவிகள் உனக்கு இருப்பதனாலும் ஏற்பட்டதாகும்" என்பது செய்யுளின் பொருள்.

ஔவையார் பாடலில் பழிகரப்பு அங்கதம்:

கம்பருக்கும் ஔவைக்கும் இடையே போட்டி மனப்பான்மையும்,

தங்கள் புலமையின் மீது பெருமிதமும் இருந்தது. ஔவையாரை இழிவுபடுத்த எண்ணிய கம்பர் சான்றோர் பலர் குழுமியிருந்த அவையில் தன் விளையாட்டைத் துவக்கினார். ஒரு தண்டின் மேல் நான்கு இலைகளை உடையதாக விளங்கும் ஆரைக்கீரை குறித்துப் பாடுவது போல பாடலைத் தொடங்கி, ஔவையாரை நோக்கி இருபொருள் பட சிலேடையாக ஒரு காலடீ நாலிலைப் பந்தலடீ என்ற தொடரை முன்வைத்து எஞ்சிய பாடலை பாடி முடிக்குமாறு ஔவையாரைக் கேட்டுக் கொண்டார். கம்பரின் உள்நோக்கத்தைப் புரிந்து கொண்டு பதிலுக்குத் தானும் அதே பாணியில் பாடலில் பதில் அளித்தார் ஔவையார்.

எட்டேகால் லட்சணமே எமனேறும் பரியே
மட்டில் பெரியம்மை வாகனமே - முட்டமேற்
கூரையில்லா வீடே குலராமன் தூதுவனே
ஆரையடா சொன்னா யடா? (பாடல் - 18)

"அவலட்சணமே! எமனின் வாகனமான எருமையே! அளவு கடந்த மூதேவியின் வாகனமான கழுதையே! முழுவதும் மேற்கூரை இல்லாது போன வீடாகிய குட்டிச்சுவரே! குலதிலகனான ராமனின் தூதனாகிய அனுமனின் இனமே! அடே! ஆரைக் கீரையைச் சொன்னாயாடா!" என்பது பாடலின் பொருள். மரியாதைக் குறைவான அடி என்பதைக் கவனித்த ஔவையார் அடா போட்டு யாரையடா சொன்னாய்? என்பது போல பதில் தாக்குதல் செய்தார். அத்துடன் அவலட்சணமே, எருமையே, கழுதையே, குட்டிச்சுவரே, குரங்கே என்றெல்லாம் கூட குறிப்பாக அறியக் கூடிய வசைகள் நிறைந்துள்ளது இப்பாடலில்.

வில்லேர் உழவர் பகைகொளினும் கொள்ளற்க
சொல்லேர் உழவர் பகை
(அதிகாரம்: பகைத்திறம் தெரிதல் குறள் எண்: 872)

என்ற குறளில் வீரமுடையவனிடம் பகை கொண்டாலும் கொள்ளலாம்; ஆனால் சொல்லாற்றல் பெற்றவருடன் பகை கொள்ளக் கூடாது என்று வள்ளுவர் கூறியதை நினைவில் கொண்டால் சொல்லாற்றல் கொண்டவர்களின் அங்கதச் சொல்லம்புகளில் இருந்து தப்பலாம்.

சான்றாதாரங்கள்:

தொல்காப்பியம்-பொருளதிகாரம், செய்யுளியல்

https://ta.wikisource.org/s/1nd

அங்கதச் செய்யுள், மது, ச. விமலானந்தம், பக்கம் 193, செந்தமிழ், (56 -7,8), 1960

*https://www.tamildigitallibrary.in/admin/assets/periodicals/
TVA_PRL_0007231_செந்தமிழ்_அக்டோபர்_1960.pdf*

*https://www.tamildigitallibrary.in/admin/assets/periodicals/
TVA_PRL_0006677_செந்தமிழ்_November_1960.pdf*

ஔவையார் தனிப்பாடல்கள், புலியூர்க் கேசிகன், மங்கை வெளியீடு, முதற் பதிப்பு : டிசம்பர் 2010

https://www.projectmadurai.org/pm_etexts/utf8/pmuni0745.html

10

ஆவணியே தமிழ்ப் புத்தாண்டின் தொடக்கம்

பழந்தமிழர் ஆவணித் திங்களையே ஆண்டின் தொடக்கமாகக் கொண்டிருந்தனர்.

சித்திரை ஆண்டின் முதல் மாதமாக இன்றைய வழக்கத்தில் இருப்பது பிற்காலத்தில் நிகழ்ந்த ஒரு மாற்றமாகும். அது வைதீக சமயம் தமிழக மண்ணில் ஆணித்தரமாகக் காலூன்றியதன் காரணமாக ஏற்பட்ட ஆரியப் பண்பாட்டுத் தாக்கத்தின் விளைவு. அதனால் வியாழவட்ட 60 ஆண்டுகள் சுழற்சி முறைக் கணக்கிடல் அடிப்படையில் வடமொழி ஆண்டுப் பெயர்கள் கொண்ட காலக்கணிப்பு முறை அரச ஆதரவுடன் தமிழகத்தில் நடைமுறைக்கும் ஏற்றுக் கொள்ளப்பட்டது எனலாம். வைதீகத்தின் தாக்கம் கொண்டுவந்த விளைவே சித்திரைத் திங்கள் புத்தாண்டு வழக்கமாகும்.

தமிழக அரசின் முயற்சியாக 60 ஆண்டு சுழற்சி முறையைக் கைவிட்டு திருவள்ளுவர் பிறப்பைத் தொடக்கமாகக் கணக்கில் கொண்ட தொடர் வளர்ச்சி முறைக் கணக்கிடலில் தைத்திங்கள் புத்தாண்டின் தொடக்கமாக 1971ஆம் ஆண்டு அறிவிக்கப் பட்டது. இதை ஏற்காத பிரிவினர் அதை மறுதலித்தார்கள். அதுமட்டுமின்றித் தொடர்ந்து வடமொழி பெயர் கொண்ட ஆண்டுகளின் பெயர்களை வலிந்து தமிழ்ப்படுத்திப் புழக்கத்திற்கு விட்டார்கள். இருப்பினும் தமிழ்ப் புத்தாண்டு இது என்று தொடர்ந்து ஒரு வடமொழி ஆண்டுப் பெயரை அறிவிக்கும் அவல நிலை இன்றும் தொடர்ந்தே வருகிறது.

புத்தாண்டு குறித்த சர்ச்சைகள்:

ஒவ்வொரு தைத்திங்களும் பொங்கல் பொங்குவதுடன்

தேமொழி

பொங்கல் நாள் சிறப்பு நிகழ்ச்சியாக எது தமிழ்ப் புத்தாண்டு? என்ற பட்டிமன்றம் போன்ற விவாதங்களும் வழக்கத்திற்கு வந்தது. அது அத்துடன் நிற்காது சித்திரைத் திங்கள் தொடக்கத்தில் மீண்டும் ஒரு பாட்டம் விவாதங்கள் தொடங்கிவிடும். ஆனால் இரு பிரிவினரிடமுமே தைதான் தமிழ்ப் புத்தாண்டின் தொடக்கம் என்பதற்கோ அல்லது சித்திரைதான் தமிழ்ப் புத்தாண்டின் தொடக்கம் என்பதற்கோ உறுதியான சான்றுகள் எதுவுமே இல்லை. இந்த மாதம்தான் தமிழ்ப்புத்தாண்டின் தொடக்கம் என்று உறுதியாக அறுதியிட்டு நேரடியாகக் கூறாத கல்வெட்டுப் பதிவுகள், இலக்கிய வரிகள் போன்றவற்றை எல்லாம் இயன்றவரை மேற்கோள் கொடுத்து வாதிடுவார்கள்.

சொல்லப் போனால் தமிழ்த் திங்களின் கால அளவீட்டு முறையை இன்று வழக்கத்தில் பின்பற்றுவோர் பொதுமக்களில் எவரும் இல்லை என்பதுதான் உண்மை. அது இறைவழிபாட்டுடன் தொடர்புடையதாக அதாவது வைதீகத்துடன் தொடர்புடையதாகக் கோவில்களில் மட்டுமே புழக்கத்தில் உள்ளது. இன்று என்ன தமிழ் மாதம் அல்லது நாள் என்று ஒரு நூறு பேரிடம் கேள்வி கேட்டால் 3 விழுக்காட்டினர் கூடச் சரியான விடை அளிக்க இயலாத நிலைதான் இன்றைய நடைமுறை. இருப்பினும் இது ஒரு தன்மானப் பிரச்சனையாகத் தமிழர் இடையே தொடர்கிறது. இந்த விவாதக்களத்தில் இந்த இருபிரிவினர் மட்டுமல்ல மற்றொரு பிரிவினரும் உள்ளனர். அவர்கள் ஆவணிதான் தமிழ்ப் புத்தாண்டின் தொடக்கம், தொல்காப்பியம் மூலம் அவ்வாறு பொருள் கொள்ள இயலும் என்று கூறும் பிரிவினர். இவர்கள் பலநாள் படுக்கையில் இருக்கும் நோயாளி போல வலுவிழந்த நிலையில் இடையில் வந்து நலிவுற்ற குரலில் முடிந்தவரை முனகிப் பார்த்துவிட்டு தங்கள் வாதங்கள் எடுபடாது என்று காணாமல் போய்விடுவார்கள். ஆனால் தை, சித்திரை போன்ற மற்ற பிரிவினருக்கு தங்கள் கருத்து அடிப்படைக்கு வலுவான சான்றுகள் ஏதும் இல்லாவிடினும் வாதக் களமிறங்கி வன்மையாக ஆடுவார்கள். எதிரணியைப் பலமாகச் சொற்களால் தாக்குவார்கள்.

இன்றைய வழக்காறுகள், இலக்கண, இலக்கிய, நிகண்டுகள் மற்றும் கல்வெட்டுகள் தரும் காலக்குறிப்புகள்:

ஆவணியே தமிழ்ப் புத்தாண்டின் தொடக்கம் என்பதற்குச் சான்றுகளாக அமையும் 1. இன்றைய வழக்காறுகள் 2.

இலக்கண 3. இலக்கிய 4. நிகண்டுகள் 5. கல்வெட்டுகள் தரும் காலக்குறிப்புகளை அடுத்துக் காணலாம்.

1. கொல்லம் ஆண்டு வழக்காறு:

தமிழரிடம் இருந்து பிரிந்த சென்ற பழந்தமிழ் மலையாள உறவுகள் தங்களுக்கென பொ. ஆ. 825ஆம் ஆண்டு முதல் புதியதாகக் கட்டமைத்துக்கொண்ட கொல்லம் ஆண்டு என்ற வளர்ச்சி முறைக் காலக் கணக்கிடல் முறையில் ஆவணியைத் தொடக்கமாகக் கொண்டிருக்கும் வழக்கம் ஒரு சான்று[1]. இவ்வழக்கம் பழந்தமிழர் பண்பாட்டின் எச்சம் எனலாம். கேரளத்தில் ஆகஸ்ட் 17ஆம் நாள் வாக்கில் புத்தாண்டு தொடங்கும்.

2. தொல்காப்பிய நூற்பா:

தொன்மையான தமிழ் நூலான தொல்காப்பியத்தில் அகத்திணை இயலில் ஐவகை நிலங்களுக்குரிய பொழுதுகளை வகுத்துரைக்கும் பொழுது;

காரும் மாலையும் முல்லை; குறிஞ்சி
கூதிர் யாமம் என்மனார் புலவர்

பனிஎதிர் பருவமும் உரித்து எனமொழிப

வைகுறு விடியல் மருதம்; எற்பாடு
நெய்தல் ஆதல் மெய்பெறத் தோன்றும்

நடுவுநிலைத் திணையே நண்பகல் வேனிலொடு
முடிவுநிலை மருங்கின் முன்னிய நெறித்தே
பின்பனி தானும் உரித்துஎன மொழிப
(தொல்காப்பியம், பொருளதிகாரம், அகம்: 6 - 10)

கார், கூதிர், முன்பனி, பின்பனி, இளவேனில், முதுவேனில் என்னும் பெரும் பொழுதுகளைக் கார் காலத்தினைத் தொடக்கமாகக் கொண்டு குறிப்பிட்டுள்ளார் தொல்காப்பியர்.

இத் தொல்காப்பிய நூற்பாவிற்கு உரை எழுதிய நச்சினார்க்கினியரும் (இவரது காலம் பொ.ஆ.14-ஆம் நூற்றாண்டு) இதன் பொருளைத் தெளிவாக விளக்கிக் கீழ்க்காணும் உரை தந்துள்ளார்.

"காலவுரிமை எய்திய ஞாயிற்றுக்கு உரிய சிங்கவோரை

முதலாகத் தண்மதிக்கு உரிய கற்கடகவோரை யீறாக வந்து முடியுந்துணை ஓர் யாண்டுமாதலின் அதனை இம்முறையானே அறுவகைப்படுத்து இரண்டு திங்கள் ஒரு காலமாக்கினார்".

சிங்கவோரை = ஆவணித்திங்கள், கற்கடகவோரை = ஆடித் திங்கள்; அதாவது ஆவணி முதலாக ஆடி இறுதியாக உள்ள காலம் ஓர் ஆண்டாம், ஆதலினால் அவற்றை இரண்டிரண்டு மாதங்கள் கொண்ட கார், கூதிர், முன்பனி, பின்பனி, இளவேனில், முதுவேனில் என்ற ஆறுவகைப் பருவங்கள் கொண்டதாகக் கணக்கில் கொள்ளப்படுகிறது(2).

3. சிலப்பதிகாரம்:

சிலப்பதிகாரம், மதுரைக் காண்டம் (14. ஊர் காண் காதை: 86 -125), பகுதியில் இளங்கோவடிகள் கார் முதலிய ஆறு வகைப் பருவங்களையும் முறையே வரிசைப்படுத்தியே எழுதியுள்ளார். மதுரை மாநகரத்து மகளிர் இளநிலா முற்றத்தில் தம் காதலருடன் படுக்கையில் கிடந்து பழைய நினைவுகளில் மனம் செலுத்தினராம். தங்களின் நினைவோட்டத்தில் அப்பெண்கள் கார்காலம், கூதிர் காலம், முன்பனிக் காலம், பின்பனிக் காலம், இளவேனிற் காலம், முதுவேனிற் காலம் என வரிசையாக ஒவ்வொரு கால நிகழ்வுகளையும் நினைவு கூர்வதாக இளங்கோவடிகள் சொல்லிச் செல்கிறார்(3).

கார் அரசாளன் வாடையொடு வரூஉம் காலம் அன்றியும் (96)

குறுங்கண் அடைக்குங் கூதிர் க்காலையும் (101)

வெண் மழை அரிதில் தோன்றும் அச்சிரக்காலையும் (105)

பங்குனி முயக்கத்துப் பனியரசி யாண்டுளன் (112)

இன்னிள வேனில் யாண்டுளன் கொல் (117)

கோடையொடு புகுந்து கூடலாண்ட வேனில் வேந்தன்(124)

அச்சிரக்காலையும்=முன்பனிக் காலமும்; பங்குனி, பனியரசு =பின்பனிக் காலமும்.

இக்கால வரிசை தொல்காப்பியம் குறிப்பிடும் அதே வரிசையில் அமைவதைக் காணலாம்.

4. நிகண்டுகள்:

I. திவாகர நிகண்டு:

ஆவணியே தமிழ்ப் புத்தாண்டின் தொடக்கம் என்பதற்கு மற்றொரு உறுதியாக, எழுத்தில் பதியப்பட்ட சான்றைச் சேந்தன் திவாகரம் என்னும் திவாகர நிகண்டு கொடுக்கிறது(4).

> அறு வகைப் பருவமாவன
> காரே, கூதிர், முன் பனி, பின் பனி,
> (சீர்) இள வேனில், முது வேனில் (என்று ஆங்கு)
> இரு மூன்று வகைப் பருவம்; (அவை தாம்
> ஆவணி முதலா இரண்டு இரண்டாக
> மேவின திங்கள் எண்ணினர் கொளலே).
>
> (6 பெயர்கள்) சேந்தன் திவாகரம்-தெய்வப் பெயர் தொகுதி-134

இருதிங்கள் சேர்ந்த காலப்பகுதி பருவம் எனப்படும். ஆவணி தொடங்கி இரண்டிரண்டு மாதங்களாக முறையே கார், கூதிர், முன்பனி, பின்பனி, இளவேனில், முதுவேனில் என ஆறு பருவங்களைக் கொண்டது ஓர் ஆண்டு என்பதாகவும் கார் பருவத்தை முதன்மையாக வைத்து அது தொடங்கும் ஆவணி முதலாக வைத்துப் பிற மாதங்களை எண்ணியுள்ளனர் என்பதை இப்பாடல் கூறுகிறது.

சேந்தன் திவாகரம் என்னும் திவாகர நிகண்டும் அதன் காலமும்: சேந்தன் திவாகரம் நிகண்டு என்றால் என்ன? அது எந்தக் காலத்து நூல்? யார் எழுதியது? போன்ற விவரங்கள் அறிந்திருப்பவர் எண்ணிக்கை சராசரி தமிழரில் குறைவே. சேந்தன் திவாகரம் என்பது ஒரு நிகண்டு, இது சொற்களுக்கான பொருள்களைத் தருவதற்காக ஆக்கப்பட்ட நூல். அதாவது இக்கால வழக்கில் அரிய சொற்களின் பொருளை அறிய உதவும் அகராதி நூல் என்பதற்கு நிகரானது. ஒரு சொல்லுக்கு நிகரான சொற்களைக் கொடுப்பதால் நிகண்டு என்று அழைக்கப்பட்டது என்றும் பொருள் தரப்படுகிறது, நிகண்டு ஒரு வடமொழிச் சொல் என்றும் கூறுவாருண்டு. நிகண்டு என்ற சொல் பிற்காலச் சொல் முன்னர் இத்தகைய பொருள் விளக்கம் தரும் நூல்கள் உரிச்சொற் பனுவல் என்று தொல்காப்பியர் அடியொற்றி சொற்களுக்கு விளக்கம் தரும் நூல்களாக அறியப்பட்டன. நிகண்டு என்னும் நூல்வகைக்கு முன்னோடி போல் அமைந்தது அருஞ்சொற்களுக்குப்

பொருள்கூறும் தொல்காப்பியமே. நிகண்டுகளை மனனம் செய்து முற்றிலும் அறிந்திருப்பது முற்காலத் தமிழ்க் கற்றலுக்கும் மொழிப்புலமை பெறுவதற்கும் அடிப்படையாக இருந்தது(5).

சேந்தன் திவாகரம், நாகப்பட்டினம் அருகே உள்ள அம்பல் என்னும் சிற்றூரில் வாழ்ந்த சேந்தன் என்ற சிற்றரசன் அல்லது வள்ளலின் ஆதரவில் திவாகரன் என்ற சமண முனிவரால் தொகுக்கப்பட்டதற்குச் சேந்தன் திவாகரம் நூலில் சான்றுகள் உள்ளன(6). திவாகர முனிவரை சைவர் என்று குறிப்பிடுவதைப் பிழை என்று பேராசிரியர் வையாபுரி பிள்ளை தனது தமிழிலக்கிய சரித்திரத்தில் காவிய காலம் என்ற நூலில் (பக்கம் 164) மறுத்துள்ளார்(6).

நிகண்டுகளில் பழமையானது திவாகர நிகண்டு. இதன் காலம் ஏழாம் அல்லது எட்டாம் அல்லது ஒன்பதாம் நூற்றாண்டில் எழுதப் பட்டதாகப் பல ஆய்வாளர்களால் வெவ்வேறுவகையில் கணிக்கப்படுகிறது. இருப்பினும் இதன் காலம் 10 ஆம் நூற்றாண்டிற்கு முற்பட்டது என்பதில் கருத்து வேறுபாடு இல்லை. (7). இந்த நிகண்டே முதல் நிகண்டு என்று ஆய்வாளர் பலரால் ஏற்றுக் கொள்ளப்படுகிறது. இந்நூல் ஆதி திவாகரம் என்னும் நூலைத் தழுவி எழுதியதாகக் கருதப்படும் கூற்றுக்குச் சான்று இல்லை என்று மறுக்கப்படுவதுடன், சேந்தன் திவாகரம் நூலின் மற்றொரு பெயரே ஆதி திவாகரம் என்று கூறப்படுகிறது(8).

திவாகர நிகண்டின் 12 தொகுதிகளில், 2180 நூற்பாக்களால் 9500 சொற்களுக்கு விளக்கம் தரப்பட்டுள்ளது. இதில் தமிழ்ச் சொல்லுக்கு நிகரான பொருள் தரும் பல வடமொழிச் சொற்களும் கொடுக்கப்பட்டுள்ளன. இதைத் தொடர்ந்து பல நிகண்டுகள் பிற்காலத்தில் வீரமாமுனிவரின் சதுரகராதி வரையும் அதற்குப் பின்னரும் கூட தோன்றியுள்ளன. சேந்தன் திவாகரம் நூலைத் தழுவி இருபதாம் நூற்றாண்டு வரை சுமார் 25 நிகண்டுகள் வந்திருப்பது தமிழின் சிறப்பாகக் கூறப்படுகிறது(9).

அவற்றில் குறிப்பிடத்தக்கவை பிங்கல நிகண்டு, சூடாமணி நிகண்டு போன்ற நிகண்டுகளாகும்.

திவாகர நிகண்டு (திவாகர முனிவர் இயற்றியது) (9 ஆம் நூற்றாண்டு)

பிங்கல நிகண்டு (பிங்கல முனிவர் இயற்றியது) (10

ஆம் நூற்றாண்டு)

சூடாமணி நிகண்டு (மண்டல புருடர் இயற்றியது) (16 ஆம் நூற்றாண்டு)

எண்	காலம்	நூல்	ஆசிரியர்
1.	9-ம் நூற்றாண்டு	திவாகரம்	திவாகரர்
2.	10-ம் நூற்றாண்டு	பிங்கலம் (பிங்கலந்தை)	பிங்கலர்
3.	14	உரிச்சொல் நிகண்டு	காங்கேயர்
4.	16	கயாதரம்	கயாதரர்
5.	15	பாரதிதீபம்	திருவேங்கடபாரதி
6.	16	சூடாமணி நிகண்டு	மண்டல புருடர்
7.	1594	அகராதி நிகண்டு	இரேவண சித்தர்
8.	16	கைலாச நிகண்டு	கைலாசம்
9.	17	ஆசிரிய நிகண்டு	ஆண்டிப்புலவர்
10.	1700	பல்பொருள் சூடாமணி (வடமலை நிகண்டு)	ஈசரபாரதி
11.	1732	சதுரகராதி	வீரமாமுனிவர்
12.	1769	அரும்பொருள் விளக்க நிகண்டு	அருமத்தைய தேசிகர்
13.	18	பொதிகை நிகண்டு	சாமிநாதகவிராயர்
14.	19	நாமதீப நிகண்டு	சிவசுப்பிரமணிய கவிராயர்
15.	19	பொருட்டொகை நிகண்டு	சுப்ரமணியபாரதி
16.	1844	கந்தசுவாமியம்	சுப்ரமணியதீட்சிதர்
17.	1850	நாநார்த்ததீபிகை	முத்துசாமிப்பிள்ளை
18.	18	தொகைப்பெயர் விளக்கம்	சுப்பிரமணியதீட்சிதர்
19.	?	இலக்கியத் திறவுகோல்	
20.	?	அகராதி மோனைக் ககராதியெதுகை	
21.	1874	சிந்தாமணி நிகண்டு	வைத்தியலிங்கம் பிள்ளை
22.	1878	அபிதான சிந்தாமணிச் செய்யுள் நிகண்டு	கோபால்சாமி நாயக்கர்
23.	19	அபிதான மணிமாலை	திருவம்பலத்தின் னமுதம்பிள்ளை
24.	19	விரிவு நிகண்டு	அருணாசல நாவலர்
25.	20	நவமணிக்காரிகை நிகண்டு	அரசஞ்சண்முகனார்
26.	20	தமிழுரிச்சொற்பனுவல்	கவிராச பண்டிதர் இராமசுப்பிரமணிய நாவலர்

திவாகரம் (முதல் தொகுதி)

A Critical Edition of Tivakara Nikantu (Volume-I)

முதல் பதிப்பு 1990

சென்னைப் பல்கலைக்கழகம்

சென்னை 600 005

முழுமையான சேந்தன் திவாகரம் 1923ஆம் ஆண்டில் முதன் முதலில் அச்சுவடிவம் பெற்றது, பின்னர் 1958-ஆம் ஆண்டில் சைவ சித்தாந்த நூற்பதிப்புக் கழகத்தினால் வெளியிடப்பட்டது. சேந்தன் திவாகரம் பிங்கலம் சூடாமணி, ஆகிய நிகண்டுகளின் தொகுதி சாந்தி சாதனா பதிப்பாக 2004ஆம் ஆண்டு வெளியானது(4).

ஆய்வாளர்களின் குறிப்புகளிலிருந்து பத்தாம் நூற்றாண்டிற்கு முற்பட்டதே காலத்தால் முற்பட்ட நிகண்டு நூலான சேந்தன் திவாகரம் என்பது தெளிவாகிறது. இந்த நூல் இக்காலத்திற்கு முற்பட்ட தமிழக இலக்கிய வழக்காறுகளைப் பதிவு செய்யும் ஆவணமாகத் திகழ்கிறது என்பதற்கு மாற்றுக் கருத்து இருப்பதற்கு வழியில்லை.

ஆண்டின் தொடக்கத்தைக் கார்ப்பருவத்தினை முதலாகக் கொண்டு, ஆவணி மாதத்திலிருந்து தொடங்கினர் பழந்தமிழர். கார்காலம் தொடங்கும் காலமான ஆவணித்திங்கள், தொல்காப்பியம் அகப்பொருள் விளக்கம் பகுதியில் இடம் பெற்றுள்ளது போலவே திவாகர நிகண்டிலும் இடம் பெற்றுள்ளது. ஒவ்வொரு பருவத்திற்கும் இரண்டிரண்டு திங்களாகக் காலத்தைப் பகுத்த முறையை ஆவணி முதலா இரண்டிரண்டாக மேவின திங்கள் எண்ணினர் கொளலே" என்றுதான் திவாகரப் பாடல் குறிப்பிடுகிறது.

மேலும், குறிப்பிடத்தக்க வகையில் சித்திரையைத் துவக்கமாகக் கொள்ளும் வசந்தம் என்ற சொல்லே திவாகர நிகண்டில் கொடுக்கப்படவில்லை. அதுமட்டுமன்றி காலத்தை வகைப்படுத்தும் முறையான வசந்தம், கிரீடம், வருடம், சரம், ஏமந்தம், சிசிரம் என இருதுகள் அல்லது பருவ வகைப்பாடும் (6) Ritu (season): Vasant Ritu (Spring), Grishma Ritu (Summer), Varsha Ritu (Rain), Sharad Ritu (Autumn), Hemant Ritu (Pre-winter), and Shishir or Shita Ritu (Winter) திவாகர நிகண்டில் கொடுக்கப்படவில்லை என்பதும் குறிப்பிடத்தக்கது.

இந்த நிகண்டு உருவான காலத்திற்குப் பின்னர் ஏற்பட்ட நிகழ்வுகளால் ஆட்சிகளும் சமயக் காட்சிகளும் மாறியதும், அவற்றின் எதிரொலியாகத் தமிழரின் காலக்கணக்கிடலில் மாற்றம் நிகழ்ந்துள்ளதும் இக்குறிப்பிலிருந்து தெளிவாகிறது.

II. பிங்கல நிகண்டு:

சேந்தன் திவாகரம் நிகண்டின் செய்தியைத் தொடர்ந்து பிங்கல

நிகண்டு தரும் செய்திகளையும் காணலாம். சேந்தன் திவாகரம் செய்த திவாகர முனிவரின் மகன் பிங்கல முனிவர் வரையறுத்து விரித்துச்செய்த பிங்கல நிகண்டு சங்க மருவிய காலத்து நிகண்டு என்று குறிப்பிடப்படுகிறது. இதைப் பிங்கல நிகண்டின் சிறப்புப் பாயிரமும், "செங்கதிர் வரத்தாற் றிவாகரன் பயந்த பிங்கல முனிவனெனத் தன் பெயர் நிறீஇ-உரிச்சொற் கிளவி விரிக்குங் காலை" என்று குறிப்பிடுகிறது. சூரியன் வரத்தால் வந்த திவாகர முனிவர் பெற்ற பிங்கல முனிவனானவன் பிங்கலம் என்று தன்பெயரைத் தன்நூலுக்குத் தந்து மக்களிடத்தும் அன்பு கூர்ந்து நூல் செய்யுங்காலத்தில் என்பது இதன் பொருள்.

பிங்கல நிகண்டின் சிறப்பை, செங்கதிர்வரத்திற்றோன்றுந் திவாகரர் சிறப்பின் மிக்க, பிங்கலருரை நூற்பாவிற் பேணினர் செய்தார் சேர, இங்கிவை இரண்டுங் கற்க எளிதலவென்று சூழ்ந்து எனக் குறிப்பிடும் மண்டல புருடனின் சூடாமணி நிகண்டாலும், ஆதி திவாகரம் இறப்பப் பிங்கலம் நிலைபெற்றுள்ளது என்பது பிங்கல முதலா நல்லோருரிச்சொலி னயந்தனர் கொளலே எனவரும் நன்னூலாலும் உணரலாம் எனத் தமிழ்ப்புலவர் வீ. தி. சிவன் பிள்ளை எடுத்துரைக்கிறார்(9). இந்த வரிகளிலிருந்து மண்டல புருடர் சூடாமணி நிகண்டு எழுதுகையில் முதன்மையான நிகண்டுகளாகக் கருதப் பட்டவை திவாகரரும் அவர் மகன் பிங்கலரும் உருவாக்கிய இரு நிகண்டுகளும் என்பது தெரிகிறது. அத்துடன் பிங்கல நிகண்டு உருவான பின்னர் சேந்தன் திவாகரம் பயன்பாடு குறைந்து பிங்கல நிகண்டு அத்தேவையை நிறைவு செய்ததையும் அறிய முடிகிறது.

சேந்தன் திவாகரம் நிகண்டைத் தொடர்ந்து தோன்றிய பிங்கல முனிவர் செய்த பிங்கலந்தையென்னும் "பிங்கல நிகண்டு" நூலும் ஆவணி முதலாகக் காலம் கணக்கிடப்பட்டதை அறிவிக்கிறது. அத்துடன் இருது என்பதும் பருவம் என்ற சொல்லுக்கு நிகரானது (பருவமும் இருதுவுமொருபொருட்கிளவி) என்றும் குறிப்பிடுகிறது.

கார் காலத்தைத் தொடக்கமாகக் கொண்டு கார், கூதிர், முன்பனி, பின்பனி, இளவேனில், முதுவேனில் எனப் பருவங்கள் இரண்டிரண்டு திங்கள்கள் கொண்டதாக ஆறு பருவங்கள் குறிப்பிடுவது வழக்கம் போல; வசந்த காலத்தைத் தொடக்கமாகக் கொண்டு வசந்தம், கிரீடம், வருடம், சரம், ஏமந்தம், சிசிரம் என இருதுகள் இரண்டிரண்டு திங்கள்கள் கொண்டதாக ஆறு இருதுகள்

குறிப்பிடும் வழக்கத்தையும் காட்டுகிறது(9).

இதில் இருக்கும் வியக்கத்தக்கச் செய்தி என்னவெனில் இந்த இருது வரிசையில் இடம் பெறும் வருடம் என்பதன் பிறப்பும் ஆவணித் திங்கள்தான். ஆக, வருஷப் பிறப்பு என்றாலும் அது மீண்டும் ஆவணி என்றே அமைகிறது. ஆண்டைக் குறிக்கும் வடமொழிச் சொல் வருஷ *(varSa)* என்பதே மழை/கார்காலத்தின் தொடக்கத்தைத்தான் குறிக்கிறது. வடமொழியில் ஆண்டு, மழை ஆகியவற்றுக்கான சொல் *(varSa=year; varSA=rain)* வருஷ என்றே இருப்பது தற்செயலான ஒற்றுமையாக இருக்க வழியில்லை. கார்காலமே முற்காலத்தில் பரந்துபட்ட இந்திய மண்ணின் பெரும்பாலான பகுதிகளில் ஓர் ஆண்டின் தொடக்கமாக இருந்திருக்கக் கூடிய வாய்ப்பிருந்திருக்கலாம் என்பதைக் கருத்தில் கொள்ளலாம். பருவகால வகைப்பாடுகள் குறித்து விரிவாகக் கீழ்க்காணும் சூத்திரங்கள் விவரிக்கின்றன.

பிங்கலநிகண்டு: முதலாவது வான்வகை - சூத்திரங்கள்:

பருவமும் இருதுவும் பகரில் ஒன்றே. (208)

அறுவகைப் பருவ காலம்

காரே, கூதிர், முன் பனி, பின் பனி,
சீர் இளவேனில், முதுவேனில் என்று ஆங்கு
இரு மூன்று வகைப் பருவம்தானே. (6 பெயர்கள்)
(209)

அவைதாம் ஆவணி முதலா இரண்டு இரண்டாக
மேவிய திங்கள் எண்ணினர் கொளலே. (210)

இந்த சூத்திரங்களுக்கு அடுத்து வருவது ...

அறு வகை இருது

வசந்தம், இரீடம், வருடம், சரமே,
ஏமந்தம், சிசிரம், என இருது ஆறு ஆகும்.(6பெயர்கள்)
(211)

அவை தாம் சித்திரை முதலாச் செல் மாதம்
இரண்டா வைத்தன எண்ணிக் கொள்க என்ப. (212)

பிங்கலநிகண்டு: இரண்டாவது வானவர் வகை - சூத்திரங்கள்:

பருவமும் இருதுவும் ஒருபொருட்கிளவி

அறுவகைப் பருவகாலப் பெயர் -

இலக்கிய மீளாய்வு

கார், கூதிர், முன்பனி, பின்பனி,
இளவேனில், முதுவேனில்.
அவைதாம் - ஆவணி, புரட்டாதி கார்;
ஐப்பசி, கார்த்திகை கூதிர்;
மார்கழி, தை முன்பனி;
மாசி, பங்குனி பின்பனி;
சித்திரை, வைகாசி இளவேனில்;
ஆனி, ஆடி முதுவேனில்.

அறுவகை இருதுவின் பெயர் -

வசந்தம், கிரீடம், வருடம், சரம், ஏமந்தம், சிசிரம்.
அவைதாம் - சித்திரை, வைகாசி வசந்தம்;
ஆனி, ஆடி கிரீடம்;
ஆவணி, புரட்டாதி வருடம்;
ஐப்பசி, கார்த்திகை சரம்;
மார்கழி, தை ஏமந்தம்;
மாசி, பங்குனி சிசிரம்.

III. சூடாமணி நிகண்டு:

சூடாமணி நிகண்டு இந்த வரிசையில் காலத்தால் பிற்பட்ட நிகண்டு ஆகும். பொ.ஆ.16 ஆம் நூற்றாண்டில் வாழ்ந்த மண்டல புருடர் என்னும் சமணரால் இயற்றப்பட்டது சூடாமணி நிகண்டு. விருத்தப்பாவால் ஆன இந்நூல் 12 பிரிவுகளின் கீழ், 1197 சூத்திரங்களில் 11,000 சொற்களுக்கு விளக்கம் தருகிறது(10)

ஆவணி முதல் இரண்டிரண்டு மாதம் ஆகிய அறுவகைப்பருவம்
பரவிய காரே, கூதிர்,
முன், பினிற் பனிகளோடு,
விரவிய இளைய வேனில்,
விரைந்திடு முதிர்ந்த வேனில்,
மருவும் "ஆவணியே ஆதி"
மற்று இரண்டு இரண்டு மாதம்

பருவம் மூவிரண்டும் ஆய்ந்து
பார்த்திடின் வாய்த்த பேராம். (6 பெயர்கள்) 95)

ஆண்டின் தொடக்கம் என்பதை "ஆவணியே ஆதி" என்ற சொற்றொடரின் மூலம் 16 ஆம் நூற்றாண்டின் சூடாமணி நிகண்டு அறுதியிட்டுக் கூறுவதைக் காணமுடிகிறது.

5. திருவல்லிக்கேணி கோயில் கல்வெட்டுகள்:

திருவல்லிக்கேணி கோயிலில் கிடைக்கும் கல்வெட்டுகளை அவை வெட்டப்பட்ட காலமான 9ஆம் நூற்றாண்டு முதல் 19ஆம் நூற்றாண்டுவரைக் காலக்கோட்டில் வரிசைப்படுத்தி ஆராய்ந்ததில்; பிரபவ முதல் அட்சய என்று வடமொழியில் பெயரிடப்பட்டுள்ள அறுபது வியாழ வட்ட ஆண்டுகள் கொண்ட கணக்கு விஜயநகர மன்னர்கள் ஆட்சியில்தான் தொடங்குகிறது என்பதைத் தெரிந்து கொள்ள முடிந்தது.11 இந்தக் காலக் குறிப்பு மாற்றம் விஜயநகர ஆட்சிக் காலக் கல்வெட்டுகள் தொடங்கித்தான் திருவல்லிக்கேணி கோயிலில் கிடைக்கிறது. விஜயநகர ஆட்சிக் காலத்திற்கு முன்னர் இந்தப் பேரரசின் இந்த மன்னரின், இத்தனையாவது ஆட்சிக் காலத்தில் வெட்டப்பட்ட கல்வெட்டு இது என்று குறிப்பிடும் முறைதான் கல்வெட்டுகளில் முன்னர் வழக்கமாக இருந்திருப்பது தெரிகிறது.

முடிவுரை:

எனவே ஆருடம் பார்க்க வழக்கிலிருந்த ஆரிய வைதீகப் பண்பாட்டின் அறுவகை இருது (வசந்தம், கிரீடம், வருடம், சரம், ஏமந்தம், சிசிரம்) என்ற காலக் கணக்கிடல் முறை, தமிழ் நாட்டை ஆண்ட அந்நியர்களான நாயக்கர்கள் ஆட்சிக் கால கட்டத்தில் கோயில் எல்லையைக் கடந்து பொதுமக்களின் வாழ்வுமுறையில் நுழைந்துள்ளது. அதுவரை வழக்கத்திலிருந்த ஆவணிப் புத்தாண்டு முறையை நீக்கி வைதீக சித்திரைப் புத்தாண்டு வழக்க முறைக்கு மாற்றியது என்றுதான் இந்த மூன்று நிகண்டுகளின் செய்திகளையும் ஒப்பிட்டு ஆராய்வதன் மூலம் முடிவெடுக்க வேண்டியுள்ளது. மேலும் 16 ஆம் நூற்றாண்டிற்குப் பின்னர் தோன்றிய இலக்கியங்களையும் நிகண்டுகளையும் ஆராய்வதன் மூலம் இதை உறுதி செய்யலாம். இம்மாற்றம் சோதிட நாட்காட்டியின் அடிப்படையில் ஏற்படுத்திக் கொண்ட மாற்றம் என்பதும் தெளிவாகிறது(12).

அத்துடன் "சித்திரைதான் தமிழ்ப் புத்தாண்டு என்பது வரலாற்றில் ஒரு பொய்" என்பதும் தெளிவாகிறது.

(1) பழந்தமிழர் காலக் கணக்கீட்டின் தொடர்ச்சியாகப் பண்டையத் தமிழ் உறவுகளான கேரள நாட்டில் வழக்கில் இருக்கும் கொல்லம் ஆண்டு கணக்கிடல் முறை,

(2) தொல்காப்பியரின் பொருளதிகாரம் (அகத்திணையியல்: 6 - 10),

(3) சிலப்பதிகாரம், மதுரைக் காண்டம் (14. ஊர் காண் காதை: 86 - 125),

(4) திவாகர, பிங்கல, சூடாமணி நிகண்டுகள் தரும் செய்திகளின் ஒப்பீடு,

(5) திருவல்லிக்கேணி கோயிலின் கல்வெட்டுத் தொடர் அறியத் தரும் செய்திகள்,

இவற்றின் மூலம் "ஆவணியே தமிழ்ப் புத்தாண்டின் தொடக்கம்" என்று உறுதியாகக் கூறலாம்.

இது போன்று தகவலின் உண்மைத்தன்மையை வேறுபட்ட பல மூலங்களில் கிடைக்கும் தரவுகளை ஒப்பிட்டு நம்பகத்தன்மையை மதிப்பிடும் முறைகள் இன்றைய காலத்தின் ஆய்வுநெறி வகைகளில் ஒன்று. ஆய்வுகளில் டிரையாங்குலேஷன் ஆஃப் டேட்டா (*tri-angulation of data*) என்ற தரவுகள் உறுதிப்படுத்தும் மற்றொரு முறையில், மூன்றாவதாகவும், மற்றொரு சான்று, வேறொரு கோணத்தில் அதே செய்தியை உறுதிப்படுத்த வேண்டும் (*Tri-angulation refers to the use of multiple methods or data sources in qualitative research to develop a comprehensive understanding of phenomena - Patton, 1999)(13).* இதனை மும்முனைத் தரவு ஆய்வு முறை எனலாம். இக்கட்டுரையில் ஆவணியே தமிழ்ப் புத்தாண்டின் தொடக்கம் என்பதற்குச் சான்றுகளாக அமையும் இன்றைய 1. வழக்காறுகள், 2. இலக்கண, 3. இலக்கிய, 4. நிகண்டுகள் மற்றும் 5. கல்வெட்டுகள் தரும் காலக்குறிப்புகள் என ஐந்து வெவ்வேறு மூலங்களிலிருந்து தரவுகள் கொடுக்கப்பட்டுள்ளது.

சரியான தமிழ்ப் புத்தாண்டைக் கொண்டாட விரும்பும் உண்மையான தமிழராய் இருந்தால் வரும் ஆவணித் திங்கள் துவக்கத்தைத் தமிழ்ப் புத்தாண்டாகக் கொண்டாடலாம், அவ்வாறு மாற்றச் சொல்லி அரசுக்கும் கோரிக்கை அனுப்பலாம். ஆவணிப் புத்தாண்டை மீண்டும் அதிகாரப்பூர்வமாக வழக்கத்திற்குக் கொண்டுவர அரசும் முயற்சி மேற்கொள்வதும் வரவேற்கத்தக்கதே.

மேலும் எதிர்காலத் தலைமுறைக்கு எளிதாகப் பழந்தமிழ் வழக்கத்தைக் கொண்டு செல்ல வேண்டும் என்றால் பாடநூல்களில் தமிழ் மாதங்களின் வரிசையை 1. ஆவணி, 2. புரட்டாசி, 3. ஐப்பசி, 4. கார்த்திகை, 5. மார்கழி, 6. தை, 7. மாசி, 8. பங்குனி,

9. சித்திரை, 10. வைகாசி, 11. ஆனி, 12. ஆடி என்று மாற்றி அமைக்கலாம். பழந்தமிழர் வழக்கம் இடைக்காலத்தில் அரச ஆதரவுடன் மாற்றம் பெற்றிருந்தால், மீண்டும் அதே அரச ஆதரவுடன்தான் மாற்றம் செய்வது தேவையாக இருக்கும்.

ஏனெனில், தமிழர் ஒருவர் சித்திரைப் புத்தாண்டு விரும்பியோ அல்லது தைப் புத்தாண்டு விரும்பியோ என்பது ஒரு பொருட்டல்ல. உண்மைதான் முக்கியம். வரலாற்று உண்மை நிலைநாட்டப் படவேண்டும். பிழை சீர் செய்யப்படுதல் தேவை.

இது தவிர்த்து காலம் முழுவதும் உலகம் முழுவதும் நாட்காட்டிகளை மாற்றியமைத்துக் கொண்டதும் செப்பனிட்டுச் சீர் செய்து கொண்டதும் வரலாறே. மலையாள கொல்லம் ஆண்டு வளர்ச்சி முறைக் கணக்கிடலும் அவ்வாறான ஓர் எடுத்துக்காட்டே. திருவள்ளுவர் பிறப்பைத் தொடக்கமாகக் கணக்கில் கொண்ட தொடர் வளர்ச்சி முறைக் கணக்கிடல் முறையில் தைத்திங்கள் புத்தாண்டின் தொடக்கமாகத் தமிழக அரசால் அறிவிக்கப் பட்டதும் இத்தகைய மாற்றம் என்ற வகையிலேயே அடங்கும். இது ஓர் ஏற்கத்தக்க ஒரு மாற்றமே.

மாசி மாதம் நடைபெற்ற மீனாட்சி திருக்கல்யாண திருவிழாவை, திருமலை நாயக்கர் சித்திரை மாதத்திற்கு மாற்றியதை ஏற்றுக் கொண்டு தமிழர் இன்றும் சித்திரைத் திருவிழாவாகக் கொண்டாடிக் கொண்டிருப்பது போலத்தான் இம்மாற்றமும்(14) எனவே ஆவணியில் இருந்த புத்தாண்டுப் பிறப்பை, இடைக்காலத்தில் சித்திரைக்கு மாற்றிக் கொண்ட தமிழர்களுக்கு, அதே போல இப்பொழுதும் தைத்திங்களைப் புத்தாண்டின் தொடக்கமாக ஏற்றுக் கொள்வதில் மனத்தடைகள் இருக்கத் தேவையில்லை.

சான்றாதாரங்கள்:

1. *Kollam Era, K.V.Sarma, Indian Journal of History of Science, 31(1), p.99. 1996.*

https://web.archive.org/web/20150527163650/http://www.new1.dli.ernet.in/data1/upload/insa/INSA_1/20005b5f_93.pdf

2. பொருளதிகார மூலமும் நச்சினார்க்கினியர் உரையும், (பக்கம் - 21), உலகத் தமிழாராய்ச்சி நிறுவனம், 2007.

https://archive.org/details/dli.jZY9lup2kZl6TuXGlZQdjZMd-

luhy.TVA_BOK_0006010/page/20/mode/2up

3. சிலப்பதிகாரம், மதுரைக் காண்டம், 4. ஊர் காண் காதை.
https://www.tamilvu.org/slet/l3100/l3100pd5.jsp?bookid=50&pno=16

4. சேந்தன் திவாகரம் பிங்கலம் சூடாமணி, சாந்தி சாதனா பதிப்பு, 2004.
https://archive.org/details/dli.jZY9lup2kZl6TuXGlZQdjZp7k-ZUy.TVA_BOK_0002448

5. நிகண்டு நூல்கள்.
https://www.tamilvu.org/courses/degree/a041/a0412/html/a0412554.htm

6. உரிச்சொல் நிகண்டு, மு. அருணாசலம், செந்தமிழ், பக்கம்: 1- 12. 1965.
https://www.tamildigitallibrary.in/admin/assets/periodicals/TVA_PRL_0008294_செந்தமிழ்_April_May_1965.pdf

7. திவாகரம் முதல் தொகுதி, சென்னைப் பல்கலைக் கழகம் பதிப்பு, பக்கம்: xii-xv, 1990.
TVA_BOK_0022928_திவாகரம்_தொகுதி_1.pdf
https://www.tamildigitallibrary.in/admin/assets/book/TVA_BOK_0022928_திவாகரம்_தொகுதி_1.pdf

8. தமிழ் அகராதிக் கலை, பேரா. சுந்தரசண்முகனார், புதுவைப் பைந்தமிழ்ப் பதிப்பக வெளியீடு, பக்கம்: 80, 1965.
https://ta.wikisource.org/s/2t33

9பிங்கல முனிவர் செய்த பிங்கலந்தையென்னும் "பிங்கல நிகண்டு" - பாகம் 1. (சூத்திரங்களும் அவற்றின் பெயர்ப்பிரிவும்), வீ. தி. சிவன் பிள்ளை. 1890.
https://www.projectmadurai.org/pm_etexts/utf8/pmuni0515_01.html

10. சூடாமணி நிகண்டு, சரசுவதி மகால் நூலகம் பதிப்பு, 1999.
https://www.tamilvu.org/library/nationalized/pdf/05-kovai-

ilancheran/soodamaninikhandu.pdf

11. திருவல்லிக்கேணி கோயில் கல்வெட்டுகள் அறியத் தரும் செய்திகள், தேமொழி, 2021.

http://siragu.com/திருவல்லிக்கேணி-கோயில்-க/

12. *TN celebrates new New Year, dumps Brahminical tradition, M.R. Venkateshan, Hindustan Times. Jan 14, 2009.*

https://www.hindustantimes.com/india/tn-celebrates-new-new-year-dumps-brahminical-tradition/story-qCcoJFXhG-F91kJR8WAsF9O.html

13. *Realistic Evaluation, Michael Quinn Patton (1999), American Journal of Evaluation, Volume: 20 issue: 2, page(s): 385-388, Issue published: June 1, 1999.*

14. மதுரை சித்திரைத் திருவிழா - ஆய்வாளர்கள் சொல்லும் சுவாரஸ்யத் தகவல்கள், ஜோ மகேஸ்வரன், பிபிசி தமிழ், 13 ஏப்ரல் 2022.

https://www.bbc.com/tamil/arts-and-culture-61096773

தமிழ் மரபு அறக்கட்டளை பதிப்பகத்தின் வெளியீடுகள்

1. திருவள்ளுவர் யார்?	:	கௌதம சன்னா
2. நாகர் நிலச்சுவடுகள்	:	மலர்விழி பாஸ்கரன்
3. அறியப்பட வேண்டிய தமிழகம்	:	க. சுபாஷிணி
4. கொங்குநாட்டுக் கல்வெட்டுகள்	:	துரை.சுந்தரம்
5. கொங்கு நாட்டுத் தொல்லியல் சின்னங்கள்	:	துரை.சுந்தரம்
6. தொல்லியல் நோக்கில் தமிழ்நாட்டுக்கடவுளர்	:	கோ. சசிகலா
7. வரலாற்றில் பொய்கள்	:	தேமொழி
8. கல்வெட்டில் தேவதாசி	:	எஸ்.சாந்தினிபீ
9. விளையாடிய தமிழ்ச் சமூகம்	:	ஆ. பாப்பா
10. ராஜராஜனின் கொடை	:	க. சுபாஷிணி
11. கணிதவியல் – பொதுக் கட்டுரைகள்	:	ப. பாண்டியராஜா
12. இலக்கிய மீளாய்வு	:	தேமொழி

தமிழ் மரபு அறக்கட்டளை பதிப்பகம்

தமிழ் மரபு அறக்கட்டளை பன்னாட்டு அமைப்பு 2001ஆம் ஆண்டு தொடங்கப்பட்டது. தமிழ் தமிழர் மரபு. வரலாறு. பண்பாட்டுக்கூறுகள், மரபுசார் தரவுகளைப் பாதுகாத்தல் மற்றும் ஆவணப்படுத்துதலை முக்கிய நோக்கங்களாகக்கொண்டு இவ்வமைப்பு செயல்படுகின்றது. இவை மட்டுமின்றி வரலாற்றுப்பாதுகாப்பு குறித்த சமூக விழிப்புணர்வை ஏற்படுத்தும் செயல்பாடுகளையும் தொடர்ந்து முன்னெடுத்து வருகிறது.

தமிழ் மரபு அறக்கட்டளை தமிழ் கூறும் நல்லுலகிற்கு, குறிப்பாக ஆய்வு நிறுவனங்கள், கல்லூரிகள், பல்கலைக்கழகங்கள், பள்ளிக்கூடங்களில் பயில்வோருக்குத் தரமான ஆய்வு முறைமைகளைப் பயன்படுத்த ஊக்குவிக்கும் பல்வேறு செயல்பாடுகளை, பயிற்சிப் பட்டறைகளை, களப்பணிப் பயிற்சிகளைத் தொடர்ந்து செய்து வருகின்றது.

இச்செயற்பாடுகளின் ஒரு அங்கமாகத் தமிழ் மரபு அறக்கட்டளையின் பதிப்பகப் பிரிவு 2019ஆம் ஆண்டு தொடங்கப்பட்டது. வரலாறு. தமிழியல், பண்பாட்டியல், மானிடவியல், சமூகவியல், புலம்பெயர்வு ஆகிய துறைகளில் ஆய்வுசார் நூல்கள் இப்பதிப்பகத்தின் மூலம் வெளியிடப்படுகின்றன.

தமிழர் வரலாற்றுக்கு ஓர் அரணாக விளங்கும் தமிழ் மரபு அறக்கட்டளை பன்னாட்டு அமைப்பு உலகளாவிய கிளைகள் கொண்டு இயங்குகின்றது. ஜெர்மனியைத் தலைமையகமாகக் கொண்டு இயங்கி வரும் இந்த ஆய்வு நிறுவனம் உலகளாவிய வகையில் தமிழர் வரலாற்றுப் பாதுகாப்பு நடவடிக்கைகளைச் செயல்படுத்தி வருகிறது.

தொடர்புக்கு:
E-MAIL: mythforg@gmail.com